ஆத்திசூடி
மீள் வாசிப்பு

மா. அமரேசன்

அறம் பதிப்பகம்

ஆத்திசூடி மீள் வாசிப்பு

மா. அமரேசன்

முதல் பதிப்பு: டிசம்பர் 2019

வெளியீடு:

அறம் பதிப்பகம்
3/582, முல்லைத் தெரு,
கஸ்தூரிபாய் நகர், TNHB எதிரில்,
முள்ளிப்பட்டு கிராமம் & அஞ்சல்
ஆரணி வட்டம்,
திருவண்ணாமலை மாவட்டம் – 632 316
தொடர்புக்கு: 9150724997
மின்னஞ்சல்: arampublication50@gmail.com

பக்கங்கள்: 200, விலை: ரூ. 240

ISBN 978-81-941792-5-2

Aathichudi meel vaasippu (Essays)

First Edition: December, 2019

Published by: Aram pathippagam

Address:
No. 3/582, Mullai street,
Kasthuribai nagar,
Mullipattu village & post, Arani Taluk - 632 316
Tiruvannamalai Dt, Tamil nadu
Contact Cell No: 9150724997

e-mail: arampublication50@gmail.com

Pages: 200, Price : INR 240

மா. அமரேசன்

15.07.1968 ஆம் ஆண்டு திருவண்ணாமலை மாவட்டம் கீழ் கரிக்காத்தூர் கிராமத்தில் பிறந்தார். முதுகலை சமுகவியல், மற்றும் சமூகப்பணி கல்விப் புலம். 20 ஆண்டுகளுக்கும் மேலாக தொண்டு நிறுவன அனுபவம், பல்வேறு நிலைகளில் மக்கள் போராட்டங்களை ஒருங்கினைத்த அனுபவம் பெற்றுள்ளார். சிறந்த ஆவணமாக்கம் செய்பவர். தற்போது பீகார் மாநிலம் கயா மாவட்டத்தில் பீகார் அரசின் வறுமை ஒழிப்புத் திட்டத்தில் முதுநிலை மாவட்ட நெறியாளராக பீகார் ஊரக வாழ்வாதார மேம்பாட்டுச் சங்கத்தில் பணி செய்கின்றார். 'நடுங்கும் நிலம் நடுங்கா மனம்', 'கண்ணுக்குப் புலப்படாத தண்ணீரும் புலப்படும் உண்மைகளும்', 'சுற்றுச்சூழலும் சாதியப் புனிதமும்' உள்ளிட்ட 5-க்கும் மேற்பட்ட நூல்களை எழுதியுள்ளார். காக்கைச் சிறகினிலே இதழில் ஞானபூமி புத்தகயாத் தொடரை எழுதியுள்ளார்.

இவர்களுக்கு...

சிறு வயதில் எனக்கு பௌதத்தை
அறிமுகப்படுத்திய என் தாத்தா–பாட்டி
திரு.மு.பரசுராமனுக்கும், வள்ளியம்மாளுக்கும்

வாழ்த்துரை

பள்ளிகொண்டா கி.கிருஷ்ணகுமார்

மாநிலத் தலைவர் பௌத்த அறநெறியாளர்கள் சங்கம்

"ஆத்திசூடி மீள் வாசிப்பு" என்கின்ற இந்த நூலில் பௌத்த கொள்கைகள் எவ்வாறு தமிழ் இலக்கியங்களில் குறிப்பாக ஔவைப்பாட்டியார் இயற்றிய ஆத்திசூடியில் கையாளப்பட்டுள்ளன என்பதை மிக விரிவாக விளக்கியுள்ளார் நூல் ஆசிரியர்.

தீமைகள் அகற்றி – நன்மைகள் செய்து – தூய மனத்துடன் வாழ்தலே பௌத்தம்.

ஒரு மனிதன் தூய மனத்துடன் வாழ்தல் என்பது அவ்வளவு எளிதான காரியமன்று – மனதின் பத்துவிதமான தீமைகள் செய்ய வாய்ப்பு இருக்கின்றது.

உடலால் மனிதன் செய்யக்கூடிய தீமைகள்.

1. கொலை
2. களவு
3. காமம்

நாக்கால் செய்யக்கூடிய தீமைகள்

4. பொய்
5. பழித்துப் பேசுதல்
6. ஏசுதல்
7. வீண்பேச்சு

மனதால் செய்யக்கூடிய தீமைகள்

8. பேராசை
9. பகைமை
10. தவறான அணுகுமுறை

இந்த பத்து தீமைகளையும் ஒரு மனிதன் முழுமையாக நீக்கிவிட்டால் அவன் வாழ்வு அன்புநிறைந்த அறம் சார்ந்த வாழ்வாக அமையும் – இத்தகைய வாழ்வை அமைத்துக் கொள்ள மனிதர்களுக்கு பேருதவியாக அமைவதுதான் பௌத்தம் போதிக்கும் எண்மணிக் கொள்கைகளாகும்.

1. நற்காட்சி
2. நற்சிந்தை
3. நன்மனம்
4. நற்செய்கை
5. நல்வாழ்க்கை
6. நல்லூக்கம்
7. நற்கருத்து
8. நல்லமைதி

இவைகள் அருளாளர் பகவான் புத்தர் சுமார் 2500 ஆண்டுகளுக்கு முன்னால் மானுட வாழ்வு அமைதியும் அன்பும் அறனும் நிறைந்ததாக அமைந்திட போதித்தவையாகும்.

இக்கருத்துக்களை ஔவைப்பாட்டி தன் ஆத்திசூடியில் எவ்வாறு கையாண்டு இருக்கின்றார் என்பதை மிகச் சிறப்பாக இந்நூல் மூலம் அறிய முடிகின்றது. குறிப்பாக திருமிகு. ஞான அலாய்சிஸ் தொகுத்து நாட்டார் வழக்காற்றியல் ஆய்வு மையம் வெளியிட்ட பண்டிதர் அயோத்திதாசரின் சிந்தனைகள் தொகுப்பு இரண்டில் வரும், 'ஸ்ரீ ஔவையாரம்மன் அருளிய திரிவாசகம் முதல் தொகுதி ஆத்திசூடி விளக்கம்' என்ற பகுதி எவ்வித மாற்றமும் இல்லாமல் இந்நூலில் எடுத்து கையாளப்பட்டுள்ளது.

இதற்கு காரணம் பண்டிதர் அயோத்திதாசரின் எழுத்துக்களும் சிந்தனைகளும் எவ்வித மாற்றமும் திரிபும் இன்றி இன்றைய சமுகத்திற்க்கு சேர்ந்திட வேண்டும் என்கின்ற உயர்ந்த

நோக்கமே. மேலும் ஆத்திசூடியில் தரப்பட்டுள்ள அறம் சார்ந்த கருத்துக்கள் அனைத்தும் பௌத்தத்தை அடிப்படையாகக் கொண்டவையே என்பதை பண்டிதர் அயோத்திதாசர் பல்வேறு தமிழ் இலக்கியங்களோடு ஒப்பிட்டு ஆய்வு செய்து வெளி-யிட்டுள்ள கருத்துக்களை அப்படியே எடுத்து கையாண்டிருப்பதன் மூலம் இன்றைய சமுகம் படித்து தெளிவும் – பயனும் பெற பேருவுதவியாக அமையும்.

இரண்டு அல்லது மூன்று வார்த்தைகளில் வாழ்வின் மிக உயர்ந்த கருத்துக்களைச் சொல்லியிருப்பதே ஆத்திசூடியின் சிறப்பாகும். அவற்றுள் நன்றியைக் குறித்து சொன்ன வாசகத்தை மட்டும் அறிஞர் பெருமக்களின் வாசகங்களுடன் ஒப்பிட்டுப் பார்த்தல் ஆத்திசூடியின் பெருமையை வெளிப்படுத்தும்.

"நன்றி மறப்பது நன்றன்று நன்றல்லது
அன்றே மறப்பது நன்று" (குறள்– 108)

என நன்றி மறவாமை குறித்து வள்ளுவர் பெருந்தகை குறிப்பிட்டுள்ளார். கிரேக்க தேசத்தில் வாழ்ந்த சிசரோ என்கின்ற சிந்தணையாளர் நன்றியை குறித்து சொன்ன வாசகம் "Gratitude is the mother of all virtues" "நன்றி உணர்வே அனைத்து நற்பண்புகளின் தாய்" என இக்கருத்தை ஔவையின் "நன்றிமறவேல்" என இரண்டே வார்த்தைகளில் தெளிவுப்படுத்துகின்றது. ஔவையின் இரண்டு அல்லது மூன்று வார்த்தையில் அடங்கியுள்ள உயர்ந்த கருத்துக்களை . இளம் உள்ளங்களில் பதியச் செய்வது ஒரு நல்ல சமுகத்தை உருவாக்க பெரிதும் உதவும் – இது சமுகத்தின் கடமையும் ஆகும்.

சுமார் 40–50 ஆண்டுகளுக்கு முன் துவக்கப்பள்ளி பாடத் திட்டத்தில் ஆத்திசூடி, கொன்றை வேந்தன் போன்றவை இடம் பெற்றிருந்தன. ஆனால் இன்றைக்கு இவையெல்லாம் பாட திட்டத்தில் இடம் பெறா நிலை, இன்றைய சமுகத்தில் இடம் பெற்று வரும் பல்வேறு சமுக விரோத செயல்களுக்கும் – குறிப்பாக பாலியல் வன்முறைகளுக்கும் அறநெறிக்கொள்கைகள் பாட திட்டங்களில் இடம் பெறா சூழ்நிலையும் ஒரு காரணமே ஆகும். பள்ளிகளில் அறநெறி வகுப்புகள் நடைபெறுகின்றனவா? என்பதே சந்தேகம். இத்தகைய சூழ்நிலையில் ஆத்திசூடியை பண்டிதர் அயோத்திதாசரின் கருத்துக்களோடு பதிப்பித்து இருப்பது பாராட்டுக்குரிய செயலாகும்.

கிழக்காசிய நாடுகளின் தத்துவங்கள் அதிலும் குறிப்பாக இந்திய தேசத்தின் பௌத்த கருத்துக்கள் மேலை நாடுகளில் பெரிதும் போற்றப்பட்டு இவை இன்றைக்கு மீண்டும் பல்வேறு நூல் வடிவில் பல்வேறு தலைப்புகளில் உலகம் முழுவதும் பரவிவருகின்றது. மனம் குறித்து அருளாளர் புத்தர் ஆராய்ந்து வெளியிட்ட கருத்துக்கள் மகத்தானவை. பாபா சாகேப் அம்பேத்கர் "புத்தரும் அவர் தம்மமும்" மனம் குறித்து கீழ்கண்டவாறு குறிப்பிடுகின்றார். "மனிதன், அவனை ஏதாய் ஆக்குகின்றதோ அஃதேயாவான்" – "மனதில் நன்மையை நாடும் பயிற்சியே, அறவழியில் முதற்படியாகும்." " இதுவே பௌத்த வாழ்முறையில் முதன்மையான போதனையாகும். அனைத்திலும் முதற்கூறு மனமேயாகும். – மனம் முதற்சிறப்புடையாதாகும்." *(3108 –3111)*

இவையே இன்று நெப்போலியன் ஹில் (Napoleon Hill) மேற்கத்திய எழுத்தாளர்கள் "மனம் தரும் வெற்றி" " மனம் தரும் பணம்" போன்ற நூற்றுக் கணக்கான புத்தகங்களை எழுதி வெளியிட்டு வருகின்றனர். இவற்றுக்கெல்லாம் மூலாதாரம் பௌத்தமும் பௌத்த கருத்துக்கள் அடங்கிய திருக்குறள், ஆத்திசூடி, கொன்றைவேந்தன். போன்ற நூல்களே என்று குறிப்பிட்டால் மிகையாகாது.

இந்நூலில் புத்தரின் வாழ்க்கைச் சுருக்கத்துடன் ஔவையாரின் ஆத்திசூடியை பௌத்தத்தின் எண்மணிக் கொள்கையுடன் ஒப்பிட்டு எழுதியிருப்பதுடன் எண்மணிக் கொள்கைகள் இன்றைக்கு எவ்வாறு மேலைநாடுகளில் போற்றி பல்வேறு கோணங்களில் வளர்த்தெடுக்கப்பட்டு வருகின்றன என்பதை சிறப்பாக விளக்கியுள்ளார்.

இந்நூல் இன்றைய காலகட்டத்தில் மானுடச் சமுகத்திற்கு பெரிதும் தேவைப்படும் ஒன்று என்பதில் சந்தேகமில்லை. நூல் ஆசிரியர் அன்புச் சகோதரர் திரு. மா.அமரேசன் அவர்களுக்கு வாழ்த்துக்கள்.

பள்ளிகொண்டா கி.கிருஷ்ணகுமார்

அணிந்துரை

முனைவர் அரங்க மல்லிகா

இணைப்பேராசிரியர். எத்திராஜ் மகளிர் கல்லூரி, சென்னை.

"தீ இனிது, நீர் இனிது" – பாரதி . தீ இனிதாவது எப்போது, நீர் இனிதாவது எப்போது, நீர் இனிதாவது கவித்துவமானது. சுடுதல் பக்குவமாவது. ஒரு வினையிலிருந்து மற்றொரு வினைக்கு மடைமாற்றம் செய்து புனிதப்படும்போதுதான் தீயும் இனிதாகும். நீர் இனிதாகும். வினைப்புரிதலுக்குள் இயங்கும் மனம் அறம் சார்ந்ததாக இருக்க வேண்டும். அறம் தம்மத்தின் பாற்பட்டது. புறச்சூழல் மாசுரும்போது அகமும் நலியும், அகவெளி விசாலப்பட அறிவின் தேடல் அவசியமாகும்.

குடும்பமும் சமூகமும் அறம் மறம் சார்ந்த பண்பாட்டுக் கலவையாலானது. இதன் இயங்குவெளி மனிதத்தினால் நிறைக்கப்படவேண்டுமானால் ஔவையின் அறமொழியும், பகுத்தறிவோடும் தர்க்கத்தோடும் சிந்திக்க அயோத்திதாசரும் மறுவாசிப்புக்குட்பட வேண்டியவர்கள் என்பதை எழுத்தாளர், இளம் சிந்தனையாளர் , சமூக அக்கறையாளர், தம்ம ஒழுக்கத்தர். மா. அமரேசன் நவீனச் சிந்தனையோடு " ஆத்திசூடி மீள் வாசிப்பு என்ற நூலில் விரிவாகப் பேசியுள்ளார்.

பன்னாட்டு பண்பாட்டு கலப்பு, தமிழ்சூழலில் பரவிக் கிடக்கிறது. பப் கல்சர், டிஸ்கோ, பாலட் நடனம், ஆடை அலங்கார அணிவகுப்பு, தொலைக்காட்சிகளிலும், நட்சத்திரவிடுதிகளிலும், "அறிவுஜீவிகள்" என்ற அடைமொழி யோடு, அடையாளப்பட்டிருப்பவர்களிடமும் நாகரிகப் புறக் கணிப்புள் தொடர, காலச்சூழலுக்கு அப்பாற்பட்டு அறச்சிந்தனைகளைப் பேசவேண்டிய தேவை ஏன்? என்ற வினாவை இந்நூல் எழுப்புகிறது.

தமிழகத்தில் பௌத்தம் உச்சம் பெற்று பண்பட்டச்சூழல்

இருந்துள்ளதை வரலாறு சுட்டிக்காட்டுகிறது. நான்கு உன்னத உண்மைகளும், ஐவகை ஒழுக்கங்களும், எண்வழிமார்க்கமும், பத்து நெறிகளும், கற்பித்துள்ள கற்பிதங்களாக அவாவை ஒடுக்கி, அன்பைப் பெருக்கி தீயதைத் தவிர்த்து, உண்மை ஒளிகாணச் செய்த பௌத்தம் மறுக்கப்பட்டுள்ளதா? மறைக்கப்பட்டுள்ளதா? நவீனச் சூழலில் இதற்கான தேவை அதிகரித்திருப்பதை, ஐடி நிறுவனக் கணினியால் வாழ்வு தொலைப்பவர்களும், தொலைக்காட்சிப் பெட்டிகளில் முதுமை யைத் தொலைப்பவர்களும். நிறுவனவயப்பட்ட மூளையோடு இயங்குபவர்களும் உணர்ந்து கொள்ள, விழித்துக் கொள்ள, மா. அமரேசன் அப்பாவின் சுண்டுவிரலைப் பிடித்து நடக்கும் குழந்தையைப் போல அவ்வையின் ஆத்திசூடியும் அயோத்திதாசர் மறுவாசிப்பும் குறித்துச் சிந்திக்க இழுத்துச் செல்கிறார்.

1950–60 களில் பள்ளிக்கூடங்களில் குழந்தைகளைச் சேர்த்த உடனே, ஆசிரியர் அறம் செய விரும்பு எனத் தொடங்கி, ஃ வரை உள்ள ஆத்திசூடியைச் சொல்லவைப்பார். வீட்டில் யாரேனும் உறவினர்கள் வந்தால் எங்கே ஒரு பாட்டுச் சொல் என்றால் ராகத்தோடு இதைச் சொன்ன ஞாபகம் எனக்குண்டு. இப்பொழுதெல்லாம் எங்கே ஒரு ரைம் சொல்லு என்கின்றோம். “Rain Rain Go away come again another day” என நம் சூழலுக்கு மழை தேவை என்பதை அறிந்தும், “Rain Rain Go away” பாடலை குழந்தை சொல்லும் போது, அகமகிழ்கிறோம். எனவே தவறான செய்திகளை ஆங்கிலத்தின் மீதான மோகத்தை அதிகரிக்க பெற்றோரே உடன்படுவதால்தான், அறம்செய விரும்பு, ஆறுவது சினம், இயல்வது கரவேல், ஈவதை விலக்கேல், என்ற அவ்வையின் பொன்மொழி மறந்தோம்.

மா.அமரேசன், காலத்தின் தேவை உணர்ந்து பழமையை அப்படியே ஏற்றுக் கொள்ளாமல், பௌத்த தர்க்கச் சிந்தனையையும் விரிவாக எடுத்துக்காட்டி, மாற்றுச் சிந்தனைக்கு குழந்தைகளைத் தயார்படுத்துவதன்மூலம் பெற்றோரும் தங்களை நேர்படுத்திக்கொள்ள இந்த நூலில் நிறைய செய்திகளைத் தந்திருக்கிறார்.

முதற்பகுதியில் அவ்வையின் ஆத்திசூடியும் பிற இலக்கியச் சான்றுகளையும் ஒழுங்குபடுத்தி தந்திருக்கறார். பௌத்தத்தை மிக நேர்த்தியாக புரிந்து கொண்டு எளிமையாகப் பிறருக்கு புரியவைக்கிறார். வைகறைத் துயில் எழு, ஓரஞ்சொல்லேல், ஊருடன் கூடிவாழ், வித்தை விரும்பு, மீதூண் விரும்பேல், மூர்கரோடினங்கேல் போன்றன அன்றாடம் நாம் நினைவில்

கொண்டு வாழப் பயன்படும் நெறிகளாகும். ஏறத்தாழ அவ்வையின் 108 நெறிகளை அப்படியே தொகுத்திருக்கிறார்.

இரண்டாவது பகுதியில் "ஆத்திசூடி அமர்ந்த தேவனை ஏத்தி ஏத்தி தொழுவோம் யாமே" என்ற இறைவணக்கத்தோடு, அறம் செய விரும்பு என்பதற்கு தர்மம் செய்ய விரும்பு எனப் பொருள் தந்திருக்கிறார். ஆனால் பௌத்தச் சிந்தனையில் தர்மம் கிடையாது. தம்மம்தான், தம்மம் என்பதற்கு ஒழுக்கம். அறம் செய விரும்பு, அறன் – புத்தரின் நெறிகளை விரும்பு அதாவது, நற்காட்சி, நற்சிந்தை நல்மனம், நற்செய்கை என்பன போன்ற அடிப்படை சிந்தனைகளைக் கடைப்பிடிக்க விருப்பம் கொள்ள வேண்டும். பௌத்தத்தின் சாரம்தான் இவை.

அதேபோல ஏற்பது இகழ்ச்சி என்பதற்கு, ஒருவரிடம் இரந்து வாழ்வது இழிவாகும். அதனால் யாசிக்கக் கூடாது என அவ்வையின் மொழியைப் புரிந்துகொள்கிறோம். ஆனால் அயோத்திதாசர், இந்த வாசகத்திற்க்கு, ஒருவர் சொல்லும் வார்த்தையை விசாரணையின்றி அப்படியே ஏற்றுக் கொள்ளக்கூடாது. அது இழிவைத்தரும். என்று கூறுகிறார். இரந்து வாழ்வது இழிவு என்றால் "தானமது விரும்பு" எப்படி பொருள்கொள்வது, இத்தகைய கேள்விகளையும் மனதில்கொண்டு அயோத்திதாசரையும், அவ்வையாரையும் வாசிக்க வேண்டும்.

"மெல்லினளல்லள் தோள் சேர் – பிற மாதரை விரும்பாமல் உன் மனைவியுடன் மட்டும் சேர்ந்து வாழ் என அவ்வையும் மென் தேகமும் மென்மையான பேச்சும் உடையவளை மனைவியாக்கி வாழாதே என அயோத்திதாசரும் கூறுகின்றனர். அதே போல மைவிழியார் மனையகல் என்பதற்கு, விலை மாந்தர் உடன் உறவு கொள்ளாமல் விலகிநில் என அவ்வையும், கண்களில் மையிட்டு மயக்கும் குணமுடையோர் வீட்டருகே நிற்காதே என அயோத்திதாசரும் கூறுவதை கவனிக்க வேண்டும்.

ஆண்களுக்கு பலவீனமான மனம் இருப்பதால் அவர்கள்தான் தங்களைக் கட்டுக்குள் வைத்துக் கொள்ள வேண்டும். மாறாக மைவிழி பெண் மயக்குவாள் என்று சொல்வது பெண்மீதான பயம், வெறுப்பு உளவியல் ரீதியாக ஆண்களுக்கிருப்பதைத்தான் காட்டுகிறது. இது தனி ஆய்விற்குரியது. மையிட்டால் அழகாக இருக்கும் என்ற கற்பிதத்தை தந்தவர் யார் என்ற வினாவோடு இது ஆய்வுக்குட்பட வேண்டும். இவற்றையெல்லாம் நிரல் படுத்திவிட்டு, இன்றைக்கு இவர்களின் நெறிகளை எப்படி தகவல்தொடர்போடு பொருத்திப் பார்ப்பது என்பதை ஞயம்பட

எழுதியிருக்கிறார்.

தகவல்தொடர்பு ஒருவரிடமிருந்து மற்றவருக்குச் செய்தியைப் புரிந்து கொள்ள, பண்பாட்டு அடையாளத்தைக் கற்றுக் கொள்ள, பண்பபாட்டு மீறலைப் புரிந்து கொள்ள, சுதந்திரத்தை, சமத்துவத்தை சகோதரத்துவத்தைப் பகிர்ந்து கொள்ள, அன்பை உலக உயிர்களிடத்தில் தழைக்கச் செய்ய ஆத்திசூடி காலங்கடந்த தகவல் பரிமாற்ற சிந்தனையாக இருக்கிறது. என்பதை மிக அழகாக வகைப்படுத்திக் காட்டுகிறார்.

சுருக்கமாக, வல்லமை பேசேல், (உன் பலத்தை நீயே பெருமையாகப் பேசாதே), வெட்டெனப் பேசேல் (பொறுப் பில்லாமல் பேசாதே) ஓரம் சொல்லேல், (ஒரு தலைப் பட்சமாகப் பேசாதே) போன்றவை இன்றைக்கு பணிபுரியும் இடங்களில் தவிர்க்கப்பட வேண்டியவை.

பன்னாட்டுப் பண்பாட்டுக் கலப்பு இந்தியச் சூழலில் அதிகரித்து வரும் வேளையில், கொலையும், களவும், மது பழக்கமும் மிகையாக முறையான குழந்தைப் பருவ நெறிப் படுத்தல் சாத்தியமற்றச் சூழல் நிலவும் நிலையில் அலுவலக நெருக்கடிகளில் பெற்றோர் நெருப்புக் கோழிகளாக, குழந்தைகள் பாடத்தை மனனம் செய்ய டியூசன் செல்ல தாத்தா பாட்டிகளின் அரவணைப்பில் ஆத்திசூடி அயோத்திதாசரின் பார்வையில் கற்றுக் கொடுக்க வேண்டியது காலத்தின் கட்டாயம் என்பதை மா. அமரேசன் தெளிவுபடுத்துகிறார்.

பேருந்துகளில், நடைமேடை சுவர்களில், பேருந்து நிறுத் தங்களில் டிஜிட்டல் விளம்பரங்களில், இரயில் வண்டிகளில் சினிமாவையும், விளம்பரங்களையும், பாடல்களையும் தடை செய்து, ஆத்திசூடியை விளம்பரப்படுத்தி, தகவல் பரிமாற்றத்தை உலகமெல்லாம் செழிக்கச் செய்ய, என்ன வளம் இல்லை நம் திருநாட்டில், ஏன் கையை ஏந்த வேண்டும் வெளிநாட்டில் என்ற கேள்வியை எழுப்புகிறது இந்நூல்.

மா.அமரேசன், நன்மெய் கடைப்பிடித்து, நாடொப்பன செய்ய அகமகிழ்ந்து வாழ்த்துகிறேன். ஒரு நல்ல பௌத்த சிந்தனையுள்ள நூலை வாசிக்க தந்த தம்பிக்கு நன்றி.

அரங்க. மல்லிகா

என்னுரை

திருவண்ணாமலை மாவட்டம் ஆரணி வட்டத்திலுள்ள சிறுமூர் கிராமம்தான் எனது அம்மாவின் பிறந்தவூர். என் தாய்வழி தாத்தா திரு. பரசுராமனை வாத்தியார் என்றே அன்போடு கிராம மக்கள் அழைப்பார்கள். சித்த வைத்தியம், வர்ம மருத்துவம், புரோகிதம், இசை கருவிகள் செய்தல், மிருதங்க வித்வான், நாடக ஆசிரியர், பாடலாசிரியர், என பல்துறை வித்தகராக இருந்தவர் அவர். அவரோடு பெரும்பாலும் எல்லா நிகழ்வுகளுக்கும் நான் போவேன்.

அப்போதெல்லாம் உடன் இருப்பவர்கள் என்னை யாரென்று கேட்க்கும் போது மண்ணு பையன் என்று என்னை அறிமுகப்படுத்துவார், அப்போது மற்றவர்கள் எல்லோரும் வாத்தியார் அவர் பேரனை வாத்தியாராக்காம விடமாட்டார் என்று சொல்லுவார்கள். அதற்கு அவர் என் கலைகள் யாவும் என்னோடு போகட்டும் என் பேரன்களுக்கு அது வேண்டாம். ஆனால் அவர்களை நான் நிறைய படிக்கச் சொல்லுவேன் என்று சொல்லிவிட்டு ''கண்டதை படித்தால் பண்டிதன் ஆவான்'' என்றொரு பழமொழியை சொல்லுவார். அதன்படி என் பேரனை நான் பண்டிதன் ஆக்குவேன் என்பார்.

அப்பொழுதிலிருந்தே எனக்கு எல்லாவற்றையும் வாசிக்கும் பழக்கம் தொற்றிக் கொண்டுவிட்டது. கீழே கிடக்கும் சிறுதாளைக்கூட வெட்கமே படாமல் எடுத்துப் படிக்கும் பழக்கம் சிறுவயதில் இருந்தே எனக்கு இருந்தது. குறிப்பாக நான் ஆரணியில் பிற்பட்டோர் விடுதியில் தங்கி படிக்கும் போது, பள்ளிக்கு செல்லும் போது, கீழே கிடக்கும் தாள்களையெல்லாம் பொறுக்கி எடுத்து படிக்கும் பழக்கம் மிக அதிகமாக தொற்றிக்கொண்டிருந்தது.

விடுதியில் படித்ததால் புத்தகம் வாங்கி படிக்க பணம் இல்லாமல் இருந்தது. முடிவெட்டும் கடைதோறும் சென்று ஒவ்வொரு கடையிலும் ஒவ்வொரு செய்தித்தாளையும்

படிப்பேன் என்னோடு இருந்த சீனியர் மாணவர்களோடு, திமுக படிப்பகங்களுக்கும் எம்ஜிஆர் படிப்பகத்துக்கும், திராவிடர் கழக படிப்பகத்துக்கும் சென்று அந்த அந்த கட்சி செய்தித்தாளையும் படித்து விட்டு தாமதமாகத்தான் விடுதிக்குச் செல்வேன் மாலையில் . என் விடுதி காப்பாளர் திரு. பொன். சுப்பிரமணியன் அவர்கள் கூட அமரேசன் கீழே கிடக்கும் பேப்பரையெல்லாம் பொறுக்கி படித்துவிட்டு தாமதமாகத்தான் வருவான் என்று மாலையில் நடைபெறும் இறைவணக்க கூட்டத்தின் போது நான் இல்லையென்றால் சொல்வார் என கேள்விப்பட்டிருக்கின்றேன்.

அப்போது உள்ள பத்திரிகை மற்றும் இதழ்களின் எழுத்துக் களைப் பார்த்தே இது எந்த பத்திரிகை எந்த இதழ் என்பதையும் கதைகளை படித்துவிட்டு இது யார் எழுதியது என்பதையும் மிகச் சரியாக கணிக்கும் திறனும் எனக்கு பதின் வயதிலே வந்துவிட்டிருந்தது. காரணம் நான் பொறுக்கி பொறுக்கி எடுத்து படித்த தாள்களோடு எனக்கு மிகுந்த தோழமை யிருந்ததால் அது சாத்தியமாயிற்று.

பதின்வயதில் இருந்த இந்த பழக்கம் இன்றும் எனக்கு இருக்கின்றது. ஆனால் இப்பொழுது நான் வாங்கி வருகின்ற பொட்லங்களில் மடித்து கொடுக்கின்ற தாள்களில் உள்ளவற்றை வாசித்துவிட்டுதான் கீழே போடுகின்றேன். அப்படி 2008 ஆம் ஆண்டில் நான் ஹண்ட் இன் ஹண்ட் நுன் நிதி நிறுவனத்தில் கோவை மாவட்டத்தில் காரமடை கிளை மேலாளராக இருந்த போது தள்ளுவண்டியில் சோன்பப்படி வாங்கி வந்து அலுவலகத்தில் சாப்பிட்ட போது அதை முற்றம் பத்திரிகையில் ஒரு தாளை கிழித்து மடித்து கொடுத்திருந்தனர் அதில் யாரே ஒரு உதவி திட்ட மேலாளர் அவர் பெயர் நினைவில் இல்லை, ஆனால் அவர் எழுதியது என்னை இந்த புத்தகத்தை முடிக்கும் வரை தூங்கவிடாமல் செய்தது. ஆத்திசூடியில் அவ்வையார் எப்படி பேசுவது என்பதை எழுதியிருந்ததையெல்லாம் தொகுத்து எப்படி பேசவேண்டும் என்பதை அவ்வை முன்பே சொல்லியிருக்கின்றார் பாருங்கள் நாமும் அவரை பின்பற்றி பேச வேண்டும் என்று எழுதியிருந்தார். அதை படித்ததும் அந்த ஆத்திசூடியில் இருந்த வாசகங்களை கணிணியில் தட்டச்சு செய்து, அலுவலகத்தில் அறிவிப்பு பலகையில் ஒட்டிவைத் திருந்தேன், எனது மேசை மேல் வைத்திருந்தேன், வீட்டில் ஒட்டிவைத்து என் பிள்ளைகளையும் அதனை மனப்பாடம்

செய்து ஒப்பிவிக்க சொல்வேன் அவர்களும் அதனை நீண்டகாலம் சுவற்றில் ஒட்டிவைத்திருந்து மனப்பாடம் செய்து ஒப்புவித்துக் கொண்டிருந்தனர்.

இருந்தும் எனக்கான தேடல் அதன்பிறகு மெல்ல துவங்கியது. 17 பாடல்கள் பேச்சு குறித்து சொல்கின்றன என்றால் மற்ற பாடல்கள் எதைப் பற்றி சொல்கின்றது என எனக்குள்ளே அசைப்போட்டுக் கொண்டிருந்தேன், ஏதேதோ எண்ணம் தோன்றியது எனினும் முழு வடிவம் பெறவில்லை, அப்பொழுதே ஆத்திசூடி குறித்து ஒரு புத்தகம் எழுத வேண்டும் என்று மட்டும் தோன்றியது.

இறுதியில், அம்பேத்கரின் புத்தரும் தம்மமும்,படித்த போது ஒரு ஒளி கீற்று தென்படத் துவங்கியது, அயோத்திதாசரின் சிந்தனைத் தொகுதிகளை படித்த போது பாதை தெரிந்தது. லட்சுமி நரசுவின் பௌத்த சாரம் ஆங்கிலப் புத்தகம் படித்தபோது பாதையும் பயணமும் தெளிவுபட்டது. தோழர் கவிஞர் யாழன் ஆதி அவர்கள் சில பௌத்த ஆங்கில நூல்களை வீட்டில் பிள்ளைகளுக்கு கொடுங்கள் தோழர் என கொடுத்தார் அவற்றை படித்த போது முழு வடிவமும் கிடைத்தது.

இதற்கிடையில் சென்னையில் பௌத்தர்களின் குடும்ப விழா, தோழர் மாரியப்பன் நடத்துவதை கேள்விப் பட்டு, வேலூர் மற்றும் திருவண்ணாமலை மாவட்டத்தை ஒருங்கிணைத்து அண்ணன் இளைய தளபதியார். கி. கிருஷ்ணகுமார் அவர்களிடம் பேசி, அவர் பௌத்த குடும்ப விழாவை வேலூர் மாவட்டத்தில் நடத்திய போது எண்வழி மார்க்கத்தை குறித்து பேச ஒப்புக்கொண்டு நான் இந்த புத்தகத்தில் உள்ள கருத்துக்களை பேசிய போது அண்ணனும் மற்றவர்களும் மிகவும் சிறப்பாக உள்ளது என சொல்லியதும் இந்த புத்தகம் நிச்சயம் பேசப்படும் என தோன்றியது.

இந்த புத்தகத்தை முதன் முறையாக பௌத்தம் மற்றும் அயோத்திதாசர் ஆகிய இரண்டையும் குறித்து எந்த அறிமுகமும் இல்லாதவர்கள் வாசிக்கும் போது ஒரு குழப்பமும், புரிபடாத் தன்மையும் இருப்பதை நான் நன்கு உணர்கின்றேன். அவர்களுக்கு இந்த புத்தகத்தில் உள்ள கட்டுரைகள் ஒன்றுக்கொன்று தொடர்பில்லாமல் இருப்பதாகவே தோன்றும். எனவே வாசிப்பவர்களின் புரிதலுக்காக சில விளக்கங்களும் கட்டுரைகள் ஒன்றுக்கொன்று உள்ள தொடர்பையும் விளக்க விரும்பு கின்றேன். எல்லா புத்தகத்தையும் போல் இந்த புத்தகத்தை

முதல்பக்கத்திலிருந்து கடைசிப் பக்கம் வரை வாசிக்காமல் இறுதிப்பக்கத்திலிருந்து துவங்கி முதல் பக்கம் வரை வாசித்தாரென்றால் மிகத் தெளிவாக புரிந்து கொள்ள இயலும் என்பது எனது தாழ்மையான கருத்து.

1. முதல் அத்தியாயமான பௌத்தம் என்னும் அத்தியாயம், புத்தரைக் குறித்தும், புத்தரின் சமய நெறியான பௌத்தம் குறித்தும் ஒன்றும் தெரியாதவர்களுக்கும், அங்கொன்றும் இங்கொன்றுமாக, புத்தரைக் குறித்துத் தெரிந்தவர்களுக்கும் முழுமையான விளக்கம் அளிப்பதற்காக எழுதப்பட்டது. இதில் வரும் சென் கதையில் எப்பொழுது விடியும் என்னும் வினாவுக்கு இரு பொருள் கொள்ள வேண்டும். ஜென் குரு எப்பொழுது விடியும் என்பதன் பொருள். நமக்கு வருகின்ற துன்பங்கள் எல்லாம் எப்பொழுது முடிவுக்கு வரும் என்றும். மாணவர்கள் எப்பொழுது விடியும் என்பதன் பொருள் பொழுது விடிவதாகவும் கருத்தில் கொள்ளவும்.

2. இரண்டாவது அத்தியாயமான தமிழகத்திற்கு பௌத்தம் வந்த வரலாற்றை சுருக்கமாகவும் எளிமையாகவும் சொல்வதற்காக எழுதப்பட்டது, அதே நேரத்தில் தமிழக பட்டியலின மக்களிடையே நிலவும் மிகு நுட்பமான குழப்பமாகவும் அரசியலாகவும் நிலை பெற்றுள்ள அயோத்திதாசரின் பௌத்தம், அம்பேத்கரின் பௌத்தம் ஆகியவற்றிற்கான எளிய விளக்கமாகவும் இரண்டுக் குமான வேறுபாட்டை எளிமையாகப் புரிவதற்காகவும் எழுதப் பட்டது.

3. அதையடுத்து மூன்றாவது அத்தியாயமான அவ்வையார் என்னும் பெயரில் பலர் வாழ்ந்திருந்தாலும் தமிழ் இலக்கியச்சூழலும், தமிழ் திரைப்படத்திலும் ஒரே அவ்வையாரையே சுட்டுவதாக உள்ளதால் அந்த பெயர் குழப்பத்தையும் காலக் குழப்பத்தையும் நீக்கி, பௌத்த பிக்குனியான சோழர் காலத்து அவ்வையாரே, பாலி மொழியில் உள்ள புத்தரின் போதனையான எண்வழி மார்க்கத்தை தமிழிற்கு ஆத்திசூடியாக கொண்டு வந்தார் என்பதை விளக்க எழுதப்பட்டது. முதல்முறையாக பௌத்தம் தொடர்பில்லாமல் இதனை படிப்பவர்க்கு, முதல் இரண்டு அத்தியாயங்களில் பௌத்தம், தமிழ்நாட்டில் பௌத்தம் என்று தொடர்புடையத் தலைப்புகளில் படித்து விட்டு, அவ்வையார் என படிக்கும் பொழுது தொடர்பில்லாமல் இருப்பதாகவே தோன்றும். அந்த குழப்பத்தை நீக்கி, பௌத்த பிக்குனியான அவ்வையாரின் பங்களிப்பை உணர்த்துவதற்காகவே மூன்றாவது அத்தியாயம்

எழுதப்பட்டது.

4. புத்தர் போதித்த எண்வழி மார்க்கம் எதனுடன் தொடர்புடையது. என்பதும் நான்கு உன்னத வாய்மைகள் என்பது எதைக் குறிக்கின்றது அதற்கும் எண்வழி மார்க்கத்துக்கும் உள்ளத் தொடர்பை விளக்குவதற்காக சுருக்கமாக எழுதப்பட்டதாகும்.

5. எண்வழியும் அவ்வைமொழியும் என்னும் கட்டுரை, எண்வழி மார்க்கத்தையும், பௌத்த பிக்குனி அவ்வையாரின் ஆத்திசூடியையும் இனைத்து ஒப்பீட்டு நோக்கில் எழுதப் பட்டதாகும், இத்தகைய ஒப்பீட்டு நோக்கில் எழுதப்பட்ட முதல் கட்டுரை இது. இதற்கு முன் இத்தகைய ஒப்பீடு எதுவும் இல்லை. அந்த வகையில் இது புதுவகையான முயற்சியாகும். இத்தகைய ஒப்பீடும் உரிமை கோரலும் தமிழ்சூழலுக்கு முற்றிலும் புதுமையானது.

6. ஆத்திசூடி மீள் வாசிப்பு என்னும் கட்டுரை, பௌத்தத்தில் தகவல் தொடர்புக்கான கருத்தியலாக எண்வழி மார்க்கம் இருப்பதால் அதனுடன் தொடர்புடைய நூலை அவ்வைப் பாட்டி இயற்றியதால், இரண்டையும் ஒப்பீட்டு எழுதப்பட்டதாகும், இவற்றுடன், எண்வழி மார்க்கம் மேற்குலக நாடுகளில் மென்திறனாக உருமாற்றம் பெற்று, மீண்டும் இந்தியாவுக்கு எந்த பெயரில் அழைக்கப்படுகின்றது என்பதை விரிவாக விளக்க இயலவில்லை என்றாலும் தொட்டுக் காட்டி புதுவகையான சிந்தனைக்கு வித்திட்டிருக்கும் கட்டுரை அது.

7. பின்னிணைப்பு ஒன்றில், அயோத்திதாசர் ஆத்திசூடிக்கு ஆய்வு நோக்கில் அளித்துள்ள விளக்கத்தை எந்த வகையான மாற்றமும் செய்யாமல் அப்படியே எடுத்து கையாண்டு உள்ளேன். ஏனெனில் இந்த பின்னிணைப்பின் அடிப்படையில் இருந்தே இந்த புத்தகம் அதன் சிந்தனையை விரிக்கின்றது. எனவே இந்த பின்னிணைப்பு மிக முக்கியமானது இந்த புத்தகத்துக்கு. ஆத்திசூடியில் சொல்லப்பட்டிருக்கும் ஒவ்வொரு சொல்லுக்கும் ஆய்வு நோக்கில் பௌத்த ஆதாரங்களை அயோத்திதாசர் விளக்கும் போது, இந்நூலுக்கு உரையெழுதியவர்கள், சைவ நோக்கில் எவ்வாறு உரையெழுதியுள்ளனர் என்பது உள்ளங்கை நெல்லிக்கனிப் போல் தெள்ளத் தெளிவாகத் தெரியும்.

8. பின்னிணைப்பு இரண்டில், அயோத்திதாசரின் ஆத்திசூடி விளக்கமும், முதன் முதலில் ஆத்திசூடிக்கு உரையெழுதிய, நா.மு. வேங்கட்டச்சாமி நாட்டாரின் உரையும் ஒப்பீட்டு நோக்கில் தொகுக்கப்பட்டுள்ளது. இந்த கட்டுரையில் எனது

முயற்சியாக, அயோத்திதாசரின் நீண்ட விளக்கத்தைக் காலத்துக்கு ஏற்றது போல் சுருக்கி தொகுத்தது மட்டுமே எனது பணி.

இந்த புத்தகம் சிறப்பாக வெளி வர உதவிய பலருக்கு நான் நன்றி சொல்ல வேண்டும், குறிப்பாக கவிஞர். யாழன் ஆதி. அரங்க. மல்லிகா அக்கா, கிருஷ்ண குமார் அண்ணன், மாரியப்பன் தோழர், பொய்கை தினாகர். தளபதி கிருஷ்ணசாமி இலவச இரவுப் பள்ளி கூட்டமைப்பு, தெய்வமணி – அம்பேத்கர் சிறுத்தைகள் இயக்கம், உலக தமிழ் ஆராய்சி நிறுவனத்தின் நூலகர் அன்பு அண்ணன். பெருமாள். தரவுக்கான புத்தகங்களை கொடுத்து உதவிய பண்பாளர் அவர். ஆரணியில் உள்ள சென் கணிணி மைய உரிமையாளர் அன்பு நண்பர். பாபு, சக்திவேல் ஆகியோர்கள். பிழை திருத்தம் செய்து கொடுத்த எனது தமிழாசான் திரு. உலகநாதன் அய்யா அவர்களுக்கும், பேராசிரியர் வேதசகாய குமார் இந்த புத்தகம் குறித்து நிறைய செய்திகளைப் பகிர்ந்து கொண்டார். நிறைய ஆலோசனைகளை வழங்கினார் அவருக்கும் எனது நெஞ்சார்ந்த நன்றியை சமர்பிக்கின்றேன்.

என் எழுத்துக்கு பலமாகவும் பாலமாகவும் இருக்கும் என் அன்பு மனைவி. கௌரிக்கும், என் பிள்ளைகள் அ.கௌ.இன்பக்குமாரி, அ.கௌ.கதிரேசன், அ.கௌ.பவானி, என் தம்பி கோபிகிருஷ்ணன், என் அம்மா இந்த புத்தகத்தை ஆவலோடு எதிர்பார்த்து எப்போ வருது என்று கேட்டுக் கொண்டே இருப்பார். அவருக்கும் தொடர்ந்து என்னை எழுத தூண்டிக்கொண்டே இருக்கும் புதுவாழ்வு திட்டத்தின் மாற்றுத்திறனாளிகள் மற்றும் நலிவுற்றோர் மாநில சிறப்பு வல்லுனர் திரு. பெஞ்சமின் விக்டர் அவர்களுக்கும், எனது நன்றியை காணிக்கையாக்குகின்றேன்.

இந்த புத்தகத்துக்கு சிறப்பான அட்டைபடத்தை வடிவமைத்து நேர்த்தியாக ஒழுங்கமைத்து வெளிக் கொண்டு வந்த தோழர் முருகனுக்கு, நான் மிகவும் கடமைப்பட்டிருக் கின்றேன். அவருக்கும் எனது நெகிழ்வான நன்றியைக் காணிக் கையாக்குகின்றேன்.

மா.அமரேசன்

தங்கள் – புத்தகயா

செப்டம்பர் 2019

9150724997

ma.amaresan@gmail.com

பதிப்புரை

மா. அமரேசன் எழுதியுள்ள ஆத்திசூடி மீள் வாசிப்பு நூலை வெளியிடுவதில் அறம் பதிப்பகம் பெருமை கொள்கின்றது. இந்த நூல் தமிழிலக்கிய உலகில் புதிய தடம் பதிக்கும் முயற்சியாகும். புதிய நோக்கில் புத்தச் சமயம், ஆத்திசூடி, அயோத்திதாசர், எண்வழி மார்கம், மற்றும் இருபதாம் நூற்றாண்டில் வணிகமயமாகிப் போன மென்திறன்கள், ஆகியவற்றைக் குறித்த தெளிவான பார்வையும், ஒன்றுக்கொன்றுடனான தொடர்பையும் அதன் பிணைப்புக் கன்னிகளையும் தெளிவாக வரையறுத்துச் சொல்லும் முதல் ஆய்வு நூல் என்பதால், இதனை பல்வேறு கடின முயற்சிக்குப் பிறகு அறம் பதிப்பகம் வெளியிடும் வாய்ப்பை பெற்றது.

தமிழ் வாசகர்கள் இந்த நூலை மீண்டும் மீண்டும் வாசித்து, தங்கள் வாழ்வை துன்பமில்லாமல் எப்போதும் மன மகிழ்வோடு வாழ இந்த நூல் வழி சொல்கின்றது. இந்த நூலை கல்லூரி முதல்வர்கள், தங்கள் மாணவர்களுக்குப் பரிந்துரைச் செய்யலாம். புத்தச் சமய அமைப்புகள் தங்கள் உறுப்பினர்களுக்கு பரிசாக வழங்கலாம். தமிழ் இலக்கிய ஆர்வலர்கள் இந்த நூலை, நண்பர்களுக்கும் பரிசாக வழங்கலாம், திருமணம், புதுமனை புகுவிழா, பிறந்தநாள் விழா போன்ற சுப நிகழ்ச்சிகளுக்கும் இந்த நூலை பரிசாக வழங்கி, நன்முறைப்படி வாழ வழிவகுக்கலாம் என கேட்டுக் கொள்கின்றேன்.

இந்த நூலை சிறப்பாக வடிவமைத்து தந்த தோழர் முருகன் அவர்களுக்கு அறம் பதிப்பகம் நன்றி சொல்கின்றது. அச்சிட்ட துர்கா பிரின்டர்ஸ்கும், அட்டைப் படத்தை சிறப்பாக வடிவமைத்து தந்த முருகன் தோழருக்கும். பிழை திருத்தி உதவிய கரிக்காத்தூர் முனி. கருணாகரன் ஆசிரியருக்கும் நெஞ் சார்ந்த நன்றி.

அறம் பதிப்பகம்

உள்ளே...

இயல் 1

1. பௌத்தம்......................................*23*

2. தமிழகமும் பௌத்தமும் *34*

இயல் 2

1. ஔவையார். *37*

2. எண்வழி மார்க்கம்...................................*45*

3. ஆத்திசூடி நா.மு.வெங்கடசாமி நாட்டார்
விளக்கமும், அயோத்திதாசர் விளக்கமும்.............*49*

4. ஆத்திசூடி மீள் வாசிப்பு *83*

5. எண்வழியும் அவ்வை மொழியும் *95*

பின்னிணைப்பு

அயோத்திதாசரும் ஆத்திசூடியும். *118*

இயல் – 1

1. பௌத்தம்

இந்தியா கற்பிதங்களின் தேசம், இந்து மதம் கற்பிதங்களின் மதம், இத்தகைய கற்பிதங்களைக் குறித்து வரலாற்றில் முதல் கேள்வி எழும்பியது சாக்கிய குல இளவரசன் கௌதம புத்தரிடமிருந்து. அதுவரை வரலாற்றில் சமய சடங்கு மற்றும் நம்பிக்கைகளுக்கு எதிராக எந்த குரலும் எழும்பவில்லை

ஆனால் புத்தர் மட்டுமே எல்லாவற்றையும் மறுத்து உண்மையை உண்மை என்று உணர் என போதித்தார். அறிவுக்கும் நடைமுறைக்கும் ஒவ்வாத எல்லாவற்றையும் ஈவு இரக்கமில்லாமல் மறுத்தார். இந்து மதத்தின் அடிப்படை சாராம்சமான வேதம், பிறப்பு, மறுபிறப்பு, மற்றும் ஆன்மா குறித்தான கருத்தியல்களை அவர் ஒரு போதும் ஒப்புக் கொண்டதில்லை.

பிறப்புக் கொள்கைகளுக்கு ஆதரவாக இந்து மதம் சுட்டிக் காட்டும் புருஷசூக்தம் என்று குறிப்பிடப்படும் ரிக் வேதத்தின் பத்தாவது மண்டலம் தொண்ணூற்றாவது பாடலிலிருந்து புவியின் படைப்புத்துவத்தை விளக்கியுள்ளனர். அதன்படி "இவ்வுலகம் புருடனால படைக்கப்பட்டது. தேவர்கள் புருட னைப் பலிபொருளாக்கி யாகத்தை நடத்தியபோது அதிலிந்து இந்த உலகம் தோன்றியது எனவும் உயிர்கள் தோன்றியது என்றும் குறிப்பிடுவர்.

மேலும் புருஸசூக்தத்தின் 11 வது மற்றும் 12வது பாடல்களில்,

- படைப்புக் கடவுளின் உடலிலிருந்தே நான்கு வகையான வருணத்தவர்கள் பிறந்தனர் என்கின்றது.
- படைப்புக் கடவுளின் தலையில் இருந்து பிறந்தவன்

பிராமணர் அல்லது புரோகிதர்கள்.

- படைப்புக் கடவுளின் தோள்களிலிருந்து பிறந்தவர்கள் சத்திரியர்கள் அல்லது போர் வீரர்கள்.
- படைப்புக் கடவுளின் தொடையிலிருந்து பிறந்தவர்கள் வைசியர்கள் அல்லது வணிகர்கள்.
- படைப்புக் கடவுளின் பாதத்திலிருந்து பிறந்தவர்கள் சூத்திரர்கள் அல்லது பணியாளர்கள்.
- படைப்புக் கடவுள் நடக்கும் போது உண்டான தூசி யிலிருந்து பிறந்தவன் பஞ்சமன் அல்லது 5 ஆம் வர்ணத்தவன்

என்னும் கோட்பாடுகளை கொண்ட சமூக அமைப்பை புருஷசூக்தம் வழியாக இந்து மதம் நிறுவியிருந்தது. இந்த அமைப்பை வரலாற்றில் முதன் முறையாக எதிர்த்து கேள்வி கேட்டவர் கௌதம் புத்தர். யாகங்களில் உயிர்பலி கொடுக்கும் கொடுமையை எதிர்த்து குரல் கொடுத்தவரும் கௌதம புத்தரே.

புத்தரின் பிறப்பு:

கி.மு. ஆறாம் நூற்றாண்டில் வட இந்தியாவில் இமய மலையின் அடிவாரத்தில் இருந்த கபிலவஸ்த்து நாட்டை கௌதம என்னும் பழங்குடி வகையை சேர்ந்த சுத்தோதனர் என்ற அரசர் ஆண்டு வந்தார். இவர் சாக்கிய குலத்தை சேர்ந்தவர் . அவருடைய கோத்திரம் ஆதித்ய ஆகும். சுத்தோதனர் சிறந்த வீரர். அவருக்கு இரண்டு மனைவிகள் இருந்தனர் முதல் மனைவி பெயர் மகாமாய தேவி. இரண்டாவது மனைவி, மகாமாயா தேவியின் தமக்கையான மகாபிரஜாபதி என்னும் கௌதமி. இவர்கள் இருவரும் கோலியர் குலத்தை சேர்ந்தவர்கள் ஆவார். சுத்தோதனர் பெரும் செல்வந்தராகவும், பெரும் நிலப்பரப்பும், பண்ணைகளும், உழவுக்காக மட்டும் ஆயிரம் ஏர்களுக்கு மேல் வைத்திருந்தார். வளமான வாழ்வும், அரண்மனையொத்த பல வீடுகளையும், கொண்டிருந்தார் அவர்.

சாக்கியர்கள் வருடந்தோறும் ஆனி மாத்தில் வரும் இள வேணில் பண்டிகையை ஏழு நாட்களுக்கு கொண்டாடுவார்கள். இந்த பண்டிகையை ஆண்கள், பெண்கள், முதியவர்கள், சிறுவர்கள் என அனைவருமே குடும்பத்தாரோடும்,

நண்பர்களோடும் மது அருந்தியும் புதிய ஆடை அறுசுவை உணவு அவற்றுடன் சிறப்பான கறிசோறு என விமரிசையாக கொண்டாடுவர்.

கி.மு.562ஆம் ஆண்டு ஆனித்திங்களில் வந்த இளவேனில் கால கொண்டாட்டத்தை சுத்தோதனரின் மனைவி மகாமாயாதேவி வெகு விமரிசையாக சீரோடும் சிறப்போடும் கொண்டாட முடிவு செய்தார். அதன்படி சிறப்பாகவும் செழுமையாகவும், நறுமணப் பொருள்களோடும் – மதுவகைகளை மட்டும் விலக்கி கொண்டாடினார். ஏழாம் நாள் அதிகாலை விழித்தெழுந்து, நறுமண நீராடி நான்கு லட்சம் நாணயங்களை ஏழை எளியோருக்கு நன்கொடையாக அளித்து, விரதநாள் உறுதிமொழி ஏற்றுக்கொண்டு சிறப்பபான உணவு உண்டு ஆடம்பரமாக அலங்கரிக்கப்பட்டிருந்த கட்டிலில் படுத்துறங்க அந்தப்புறம் சென்றார்.

அன்றிரவு அவர் ஒரு கனவு கண்டார். அது அவர் உறங்கிய பஞ்சனையிலிருந்து திசை காவலர்கள் நால்வர் அவரை எடுத்து ஏந்தி இமயமலை சமவெளிக்கு எடுத்துச் சென்று அங்கிருந்த பெருத்த சால் மர நிழலில் கிடத்தி அவருடைய காவலுக்காக, அருகே நிற்பது போலவும், பின்னர் திசை காவலர்களின் மனைவியர் நால்வரும் வந்து அவரை மானசரோவர் ஏரிக்கு அழைத்துச் சென்று குளிக்கச் செய்து புதிய ஆடைய அணிவித்து நறுமண மலர்களால் அலங்கரித்தனர்.

அப்போது அங்கு வந்த சுமோதர் என்னும் போதி சத்துவர் மகாமாயாவிடம், என்னுடைய இறுதிப் பிறப்பை பூவுலகில் எடுக்க விரும்புகின்றேன். எனக்குத் தாயாக இருக்க சம்மதிப்பீர்களா? என்றார். அப்படியே ஆகட்டும் அது எனக்கு மகிழ்ச்சியே என்றார் மகாமாயா. அத்துடன் கனவு கலைந்தது அவருக்கு, விடிந்ததும் தான் கன்ட கனவைப் பற்றி தன்னுடைய கணவர் சுத்தோதனரிடம் கூறினார் மகாமாயாதேவி, அவருக்கு அதற்கான பொருள் தெரியாத காரணத்தால் அதற்கான பலனை தெரிந்து கொள்ள எட்டு பிராமணர்களை அழைத்து அந்த கனவிற்கான விளக்கத்தை அளிக்குமாறு கேட்டுக் கொண்டார்.

அதற்கு அவர்கள், தங்களுக்கு ஒரு ஆண் குழந்தை பிறக்கப் போகின்றது. அந்தக் குழந்தை இல்லறத்தில் இருந்தால் இந்த தேசத்தை ஆளும் மிகப் பெரிய பேரரசனாக வருவார். மாறாக

துறவறத்திலே இருந்தால் உலக துன்பங்களை ஒழிக்கின்ற புத்தராக இருப்பார் என்றனர்.

சுத்தோதனருக்கு மிகுந்த மகிழ்ச்சி உருவானது காரணம், திருமணமாகி நீண்ட நாட்களாகியும், குழந்தை இல்லாது இருந்தவருக்கு இந்த செய்தி காதில் தேன் பாய்வது போல் இருந்தது அவருக்கு எனவே கருவுற்றிருந்த மகாமாயாதேவியை கண்ணும் கருத்துமாக கவனித்து வந்தார்.

தனது தாய்வீடிருந்த தேவதகைக்கு செல்ல ஆசைப்பட்டார் மகாமாயதேவி, சுத்தோதனர் அவரை தங்க பல்லக்கில் சேவகர்கள் புடைசூழ அனுப்பி வைக்கப்பட்டார். வழியில் லும்பினித் தோட்டத்தின் அழகு அவரை கவரவே அங்கே இளைப்பாற இறங்கினார். இறங்கி ஓய்வெடுத்துக் கொண்டிருந்த போது, கி.மு.563 ஆம் ஆண்டு வைகாசி மாதம் விசாக நட்சத்திரம் முழுமதி நாளில் ஒரு அழகான ஆண் குழந்தை பிறந்தது. அந்தக் குழந்தைக்கு சித்தார்த்தர் என பெயர் சூட்டினார்கள். அந்த குழந்தைதான் பின்னாளில் புத்தர் என்று உலகம் அறியப்பட்டது.

சாக்கிய குல வழக்கப்படி பிறந்த குழந்தைக்கு ஐந்தாம் நாள் சித்தார்த்தர் என்ற பெயர் சூட்டினார்கள் கௌதம் என்ற குடும்ப பெயருடன் இணைந்து சித்தார்த்த கௌதமர் என அழைக்கப்பட்டார். ஏழாம் நாள் அவருடைய தாய் இயற்கை எய்தினாள். அதன்பிறகு அவருக்கு தாயாய் இருந்து வளர்த்தது அவருடைய சித்தி பிரஜாபதி கௌதமி ஆவார்.

இளமைப் பருவம்:

சித்தார்த்தருக்கு அனைத்து வேதங்கள், மற்றும் உப நிஷத்துக்கள், போர்கலைப் பயிற்சி, வில்வித்தை, தியான முறைகள் இவைகளை சிறந்த ஆசிரியர்களைக் கொண்டு அவரது தந்தை கற்பித்தார். அரசனின் மகனாக இருந்தும் உடலுழைப்பையும் செய்தார், ஏர் உழுதல், விதை விடுதல் போன்ற பணிகளையும் ஆர்வமுடன் செய்வார். பிறர் உழைத்து அதன் பலனை தாம் அனுபவிப்பதை அவர் எப்போதும் விரும்பியதில்லை.

சித்தார்தருக்கு பதினாறு அகவை நிரம்பியதும், பன்னிரெண்டு வயதுடைய யசோதரை என்னும் பெயருள்ள அரசிளங்குமரியை

அவருக்கு திருமணம் செய்து வைத்தார்கள். அவருடைய இருபதாவது வயதில் அவர் சாக்கிய சங்கத்தில் உறுப்பினராக சேர்க்கப்பட்டார் சித்தார்த்தரின் இருபத்தொன்பதாவது வயதிலே அவருக்கு இராகுல் என்னும் பெயருடைய ஓர் ஆண் குழந்தை பிறந்தது.

சாக்கிய நாட்டுக்கும், பக்கத்து நாடான கோலியத் நாட்டுக்கும் இடையில் ரோகினி நதி ஓடிக்கொண்டிருந்தது. அடிக்கடி இரு நாட்டுக்கும் தண்ணீர் பங்கீட்டு பிரச்சனை வந்து கொண்டிருந்தது. ரோகினி நதி நீர் பிரச்சனைக்காக சாக்கிய சங்கத்தில் கோலியத் நாட்டின் மீது போர் தொடுக்க வேண்டும் என்னும் தீர்மானத்தை அந்நாட்டு தளபதி முன்மொழிந்த போது, சங்க உறுப்பினர்கள் அனைவரும் ஒருமித்து ஆதரவளித்தனர். ஆனால் சித்தார்த்தர் மட்டும், சங்கத்தின் தீர்மானத்தை எதிர்த்து, "கோலியர்களும் எனது சகோதரர்களே, அவர்களை எதிர்த்து நான் சண்டையிட மாட்டேன். இது பேசி தீர்க்க கூடிய பிரச்சனை இதற்காக போர் தேவையில்லை, போர் அமைதியை தேடி தராது. இன்னொரு போருக்கே வழி வகுக்கும் என உறுதியாக முழங்கினார்.

சாக்கிய சங்க தீர்மானத்தை எதிர்ப்பவர்களுக்கு 4 விதமான தண்டனைகளை அந்த சங்கம் வழங்கிக் கொண்டிருந்தது.

1. சாக்கிய சங்ககத்தின் தீர்மானத்தை எதிர்ப்பவர்களை தூக்கி லிடுவது.

2. சாக்கிய சங்கத்தின் தீர்மானத்தை எதிர்ப்பவர்களை அல்லது ஏற்றுக் கொள்ள மறுப்பவர்களை நாடு கடத்துவது.

3. சாக்கிய சங்கத்தின் தீர்மானத்தை எதிர்ப்பவர்களை அல்லது ஏற்றுக் கொள்ள மறுப்பவர்களின் சொத்துக்கள் மற்றும் அவர் குடும்ப உறுப்பினர்களின் சொத்துக்களை சாக்கிய சங்கம் பறிமுதல் செய்துகொள்வது.

4. சாக்கிய சங்கத்தின் தீர்மானத்தை எதிர்ப்பவர்களையும் அவருடைய குடும்பத்தையும் நாட்டிலிருந்து விலக்கி வைப்பது.

ஆகிய இந்த நான்கு விதமான தண்டனைகளில் எதை நீங்கள் தேர்வு செய்கின்றீர்கள் என கேட்டபோது சித்தார்த்தர் எனக்காக என் குடும்பத்தை தண்டிக்காதீர்கள், நான் கோழையை போல் தூக்கில் தொங்கவோ, தவறு செய்தவர்களைப் போல் நாடு கடத்தவோ நான் உடன் பட மாட்டேன். மாறாக நானே விரும்பி

முற்றும் துறந்த துறவியாகப் போகின்றேன் என்றார். இது மேலே சொன்னவற்றை விட மிக கடுமையான தண்டனை அதை அவர் முன் மொழிந்ததும், சாக்கிய சங்க உறுப்பினர்களுக்கும், படைத்தளபதிக்கும் மிகுந்த வியப்பாகிப் போனது. அவ்வாறு முற்றும் துறந்த துறவியாகப் போகின்றவர்கள் மீண்டும் எந்த நிலையிலும் தன்னுடைய குடும்பத்தினரோடு சேர்ந்து வாழ இயலாது. நாட்டிலும் வாழக்கூடாது என்ற கட்டுப்பாடு இருந்தது. எனவே முற்றும் துறந்த துறவியகாப் போகின்றவர்கள் அவர்களுடைய குடும்பத்தினரின் முழு சம்மதத்துடனே செல்ல இயலும் என்பதால், சாக்கிய சங்கத்தின் தலைவராக இருந்த சாக்கியர்களின் படைத்தளபதி சித்தார்த்தரை நோக்கி “நீங்கள் உங்கள் குடும்பத்தினரின் சம்மதத்துடன் இதை செய்வீர்களா?” என்று கேட்டார். அதற்கு சித்தார்த்தர், என் குடும்ப உறுப்பினர்களின் சம்மதத்துடனே நான் துறவியாகப் போகிறேன் என உறுதியளித்தார்.

அவரின் குடும்ப உறுப்பினர்களின் சம்மதத்துடனே அவர் அனைத்தையும் துறந்த துறவியாக சம்மதித்தார். போரினால் தன் மக்கள் அழியாமல் காப்பதற்காவே தனது நாட்டு மக்களுக்காக அமைதியாய் துறவறத்தை ஏற்றுக் கொண்டார். அன்றிரவே அவர் தனது அழகான மனைவி மற்றும் பச்சிளம் குழந்தை ஆகிய இருவரையும் விட்டு யாருக்கும் தெரியாமல் தன்னுடைய குதிரை கந்தகம் மீதேறி காடு நோக்கி பயணப்பட்டார்.

தனது விசுவாசமான வேலையாள் சன்னா தொடர்ந்து வந்து கொண்டிருந்தார். விடியல் பொழுது நெருங்கியதும், அநோமா நதியில் குளித்து தனது அரசவுடை, உடைவாள், மற்றும் குதிரை ஆகியவற்றை அவரிடம் ஒப்படைத்து தன்னைப் பின் தொடர வேண்டாம் என கூறிவிட்டு காட்டுக்குள் சென்று விடுகின்றார்.

ஒரு வாரம் கழித்து தன்னை தேடி வந்த சாக்கிய சங்க பிரதி–நிதிகள் மூலமாக, சித்தார்த்தர் துறவியாக சென்ற பிறகு, மீண்டும் கூடிய சாக்கிய சங்க கூட்டத்தில் கோலியர்களுடன் போர் தொடுக்க யாரும் சம்மதிக்காத காரணத்தால், போரின்றி சமாதானத்தின் மூலமாகவே ரோகினி நதி நீர் பிரச்சனையை தீர்ப்பதற்காக ஒரு குழு அமைக்கப்பட்டு இருக்கின்றது, எனவே உங்களின் துறவு வாழ்வை துறந்து மீண்டும் நாட்டுக்கு வாருங்கள் என அழைக்கப்படுகின்றார். அதற்கு சித்தார்த்தர்

“இது நானே விரும்பி ஏற்றுக்கொண்ட முடிவு இதை யாருக்காவும் மாற்ற இயலாது, எனவே நான் துறவி வாழ்வை தொடர விரும்புகின்றேன். உங்களின் அன்புக்கு நன்றி போய் வாருங்கள் என அவர்களை அனுப்பி வைக்கின்றார். பின்னர் தனது கடுந்தவத்தால் இப்பூவுலகம் உய்ய அரியதோர் உண்மையை கண்டறிந்து அவற்றை உலகுக்கு பறைசாற்றினார்.

ஞானம் பெற்ற பிறகு சித்தார்த்தர் என்ற பெயர் மாறி புத்தர் என்றே அவர் அழைக்கப்பட்டார். புத்தர் 50 ஆண்டுகளாக தமது போதனையை மக்களுக்கு போதித்தார். பெருந்தொகையான மக்கள் அவரது போதனைகளை பின்பற்றினர். பல்லா யிரக்கணக்கானோர் அவருடைய சீடர்களாயினர். புத்தர் தனது எண்பதாவது ஆண்டில் கி.மு. 483 – ல் ருசி நகரத்தில் வைசாக முழு நிலா நாளில் நிர்வாண மோட்சம் அடைந்தார். ருசி நகரத்தார் இவர் உடலுக்கு இறுதி கடமைகளைச் செய்தார்கள். தீயுட்டப்பட்ட அவரது உடலின் எஞ்சிய பாகங்களும், சாம்பலும் எட்டு பகுதிகளாகப் பகுக்கப்பட்டு எட்டு ஊர்களில் அவைகள் புதைக்கப்பட்டு அவற்றின் மேல் நினைவாலயங்கள் கட்டப்பட்டன.

பௌத்தம்:

ஒரு தனி மனிதன் தன் சக மனிதர்களோடும், பிற உயிரினங்களோடும், இப்பூவுலகில் இனக்கமான சகோதர உணர்வுடன் சேர்ந்து வாழ்தலின் பொருட்டு வகுக்கப்பட்ட நன்னெறியே பவுத்தம். இது 3 சரணங்களையும், நான்கு உன்னத வாய்மைகளையும், ஐந்தொழுக்க கோட்பாட்டையும், எண்வழி மார்க்கத்தையும், பத்து வகை வாழ்க்கைநெறிகளையும் அடிப்படையாக் கொண்டது.

தம்மம்:

தம்மம் என்பது பகுத்தறியும் தன்மையையும், பகுத்தறிவையும், அர்த்தமுள்ள கருணையையும் தன்னுடைய அங்கங்களாகக் கொண்டுள்ளது. தம்மம் என்பது மக்களைச் சார்ந்ததாகும். தம்மம் இன்றி சமுகம் இயங்காது. தம்மத்தின் மையம் மனிதர்களே,

மனிதர்கள் எவ்வாறு மற்ற மனிதர்களுடன் சேர்ந்தும், இயைந்தும் வாழ்வது என்ற நெறிமுறையே தம்மம்.

சங்கம்:

புத்தரின் போதனையை ஏற்று அதன்படி வாழ உருவாக்கப்பட்டது சங்கம். வரலாற்றில் முதன் முறையாக ஆண்களுக்கென தனி சங்கமும், பெண்களுக்கென தனி சங்கமும் புத்தரால் மட்டுமே உருவாக்கப்பட்டது.

திரி சரணங்கள்:

1. புத்தம் சரணம் கச்சாமி

(அறிவராம் புத்தரைச் சரணடைகின்றேன்.)

2. தம்மம் சரணம் கச்சாமி (புத்தபிரான் போதித்த தம்மத்தைச் சரண் அடைகின்றேன்.)

3. சங்கம் சரணம் கச்சாமி (தம்மத்தைப் பரப்ப கட்டமைத்த சங்கத்தைச் சரணடைகின்றேன்)

நான்கு உண்மைகள்:

1. வாழ்க்கை துக்கமானது.

2. துக்கத்திற்கான காரணமிருக்கிறது

3. துக்கத்திற்கான நிவாரணம் இருக்கிறது.

4. துக்கம் நீக்கம் பெறுகிறது.

ஐ வகை ஒழுக்கம்:

1. வீண் கொல்லாமை

2. திருடாமை

3. தவறான மோகம் கொல்லாதிருத்தல்

4. மனதை மயக்கும் போதைப் பொருட்களை உட்கொள்

ளாதிருத்தல்

5. பொய் சொல்லாமை

எண்வழி மார்க்கம்:

1. நல் உணர்வு – (சரியாகப் புரிதல்)
2. நல் நினைவு – (சரியான சிந்தனை)
3. நல் வாய்மை – (சரியான பேச்சு)
4. நற் செயல் – (சரியான செயல்)
5. நல் வாழ்க்கை – (சரியான வாழ்க்கை)
6. நன் முயற்சி – (சரியான முயற்சி)
7. நல் மனம் – (சரியான மனது)
8. நல் அமைதி – (சரியான கவனம்)

பத்து நெறிகள்:

1. ஒழுக்கம்
2. பிறர் தேவைக்கான தானம்
3. விருப்பு வெறுப்பற்ற தன்மை
4. துன்பத்திலும் இன்பத்திலும் சுய கட்டுப்பாடு
5. விடா முயற்சி
6. சகிப்புத் தன்மை
7. வாய்மை
8. உள்ள உறுதி
9. அன்பு
10. மைத்திரி (உயிர் வாழ்வன அனைத்தின் மீதும் அன்பு கொள்ளல்)

பௌத்தம் இன்னும் புரியாதவர்களுக்காக ஒரு ஜென் கதை:

"ஒரு ஊரில் புகழ்பெற்ற சென் துறவி ஒருவரிருந்தார். அவர் மிகவும் எளிமையானவர். அவரிடம் சென் கற்றுக்கொள்ள நிறைய மாணவர்கள் அவருடைய மடத்தில் தங்கி இருந்தனர். ஒரு நாள் அவர்கள் அனைவரும் பனிசூழ்ந்த மலை பகுதியில் தங்க வேண்டிய சூழ்நிலை ஏற்பட்டது. கூடாராத்தில் அனைவருக்கும் போதுமான இடம் இல்லை. எனவே துறவி மாணவர்களை விறகு கொண்டு வந்து எரிய வைத்துக் கொண்டு இருக்கச் சொல்லிவிட்டு தியானம் செய்ய சென்று விட்டார்.

மாணவர்களும் முடிந்த அளவு விறகை கொண்டு வந்து சேர்த்து தொடர்ந்து கனலை மூட்டிக் கொண்டிருந்தனர். மாவணவர்களுக்கு விரல் விரைத்து போகும் நிலை வந்ததும் அனைவரும் நெருப்பை சுற்றி வந்தமர்ந்து தங்களுடைய உடலை சூடுபடுத்திக் கொண்டிருந்தார்கள். அப்போது துறவி சொல்லித் தந்ததைப் பற்றி மாணவர்கள் ஒவ்வொருவரும் விவாதித்துக் கொண்டிருந்தார்கள்.

தியானம் முடிந்ததும் துறவி மாணவர்கள் இருக்கும் இடத்திற்கு வந்தார். அவரிடம் மாணவன் ஒருவன் குருவே சீக்கிரம் விடிந்தால் நன்றாக இருக்கும் என்றான். உடனே துறவி மாணவர்களைப் பார்த்து " எப்போது விடியும் என்றார் "

மாணவன் ஒருவன் நான் விறகு பொறுக்க போகும் போது, என் கண்களில் தெரிவது சுள்ளிகளா பாம்புகளா என்று தெளிவாகப் பார்க்க முடிந்தால் அப்போது விடிந்தது என்றான்.

இன்னொருவன் வானத்திலுள்ள நட்சத்திரங்கள் எல்லாம் மறைந்தால் விடிந்தது என்றான்.

மற்றொருவன் எதிரே உள்ள மரத்தின் இலைகள் எல்லாம் கண்ணுக்குத் தெரிந்தால் விடிந்தது என்றான்.

இன்னொரு மாணவன், எதிரே உள்ள மரத்தில் கட்டியிருப்பது குதிரையா, கழுதையா என்று தெரிந்தால் விடிந்தது என்றான்.

சேவல் கூவினால் விடியும் என்றான். எல்லோரும் அவரவர்க்குத் தோன்றியதைக் கூறிக்கொண்டே இருந்தனர். அவ்வாறு பேசிக்கொண்டு இருப்பதும் அவர்களது குளிருக்கு இதமாகவே இருந்தது.

பொழுதும் விடிந்தது. எல்லோரும் அமைதியாய் துறவியை

பார்த்துக் கொண்டிருந்தனர். அவரும் அனைவரையும் ஒரு கனம் அமைதியாய் பார்த்து விட்டு சொன்னார்.

"எப்பொழுது நமக்கு எதிரில் வருவது நம் சகோதரன் அல்லது சகோதரி என்று எண்ணத் தோன்றுகின்றதோ அப்பொழுதுதான் விடியும் என்றார்."

இதுதான் புத்தசமயத்தின் மையக் கருத்து. இப்புவியில் வாழும் உயிரினங்கள் அனைத்தையும் தம்மைப்போல் நேசிப்பதும். மனிதர்கள் அனைவரையும் சகோதர சகோதரிகளாகப் பாவிப்பதும், அவர்களிடம் கோபம், பகை, வன்மம் அற்று வாழ்தலே பௌத்தம்.

2. தமிழகமும் பௌத்தமும்

தமிழகத்தில் பௌத்த மதம் கி.மு.மூன்றாம் நூற்றாண்டில் பேரரசர் அசோகரின் ஆணைப்படி அவரது தம்பி மகேந்திரராலும் (இலங்கை பௌத்த நூல்கள் மகேந்திரரை அசோகரின் மகன் என்று குறிப்பிடுகின்றது. எவ்வாறாயினும் தமிழகத்திற்கு பௌத்தம் வந்த பிறகே இலங்கைக்கு சென்றது என்பதுதான் வரலாறு) அவருடைய சீடர்கள் அரிட்டபட்டர், மற்றைய ஏனையோராலும் பௌத்தம் தமிழ்நாட்டிற்கு வந்தது என்பதை அசோகரின் கல்வெட்டிலிருந்து அறிய முடிகின்றது.

தமிழ்நாட்டில் பௌத்தம் சாதிய பாகுபாடுகளைக் கடைபிடிக்காமல், சாதியத்தால் மனிதர்களைப் பிரித்து பாகுபடுத்தாமல், விளிம்பு நிலை மக்களுக்கும், திண்ணைப் பள்ளிகளை அமைத்து, மணலில் எழுதப் படிக்கக் கற்றுத்தந்து மடங்கள் தோறும் மக்களுக்கு உணவு, மருத்துவம், ஆகியவற்றை இலவசமாகவே தந்து சாதியக்கரை படிந்த தமிழ் சமுகத்தை சமத்துவ கரை நோக்கி நகர்த்தியதில் பௌத்தம் பெரும் பங்கு வகிக்கின்றது.

பௌத்தம் பெற்றிருந்த செல்வாக்கு மற்றும் அது வளர்ந்த விதம் பௌத்தம் தமிழ் சமுகத்தில் ஏற்படுத்திய தாக்கம் இவற்றை சிலப்பதிகாரம், மணிமேகலை, தேவாரம், நாலாயிர திவ்ய பிரபந்தம், பெரியபுராணம், நீலகேசி முதலிய நூல்களில் இருந்து அறிய முடியும்.

கி.மு.மூன்றாம் நூற்றாண்டில் தமிழகத்தில் தடம் பதித்த பௌத்த மதம், கி.பி.ஆறாம் நூற்றாண்டு வரை சிறப்பான நிலையும், அதற்குப் பிறகு தனக்குள் ஏற்பட்ட பிரிவுகள், போட்டிகள், தங்களின் வழிமுறையே சிறந்தது என்பதை நிரூபிக்க

எடுத்துக் கொண்ட முனைப்புகள், தடம் மாறிய மடங்களின் செயல்பாடுகளினாலும், வட இந்தியாவில் தோன்றிய மற்ற சமயங்கள் தமிழகத்தில் காலுன்ற எடுத்துக் கொண்ட முயற்சி இவைகளினால் பௌத்தம் தமிழகத்தில் செல்வாக்கு குன்றிய நிலைக்குத் தள்ளப்பட்டு விட்டது. கி.பி.எட்டாம் நூற்றாண்டில் பௌத்தம் முழுமையான அளவில் தமிழகத்தில் வீழ்ச்சியடைந்து விட்டது.

இருப்பினும் கலிகால சாகித்ய பண்டித பராக்கிரம பாக என்ற இலங்கை மன்னன் கி.பி.1256 –ல் சோழ தேசத்திலிருந்து பௌத்த துறவிகளை இலங்கைக்கு அழைத்து பௌத்த மதத்தை வலிமையடையச் செய்தான் என்று இலங்கை சரித்திரத்தில் எழுதப்பட்டிருக்கின்றது. கி.பி.12 ஆம் நூற்றாண்டிலிருந்து 13 ஆம் நூற்றாண்டு வரை தமிழகத்தில் சோழ அரசுகளால் பௌத்தம் மீண்டும் மறுமலர்ச்சியடைந்தது. கி.பி. 14 ஆம் நூற்றாண்டுக்குப் பிறகு பௌத்தம் தமிழகத்தில் இருந்து மறைந்து விட்டது.

அம்பேத்கரின் இந்துவாக பிறந்தேன் இந்துவாக சாகேன் என்னும் வாய்மொழியும் பௌத்தம் ஏற்ற நிகழ்வும் தலித்துகளிடையே பௌத்தத்தை இன்னும் உயிர்ப்புடன் வைத்திருக்கின்றது. இருப்பினும் இந்தியாவில் அதற்கான தனித்த செயல்பாட்டு அமைப்பு முறை இல்லாததாலும், போதிய வலிவுடன் இல்லாமல் இருப்பதும், அதனுடைய பிரிவுகளான ஈனயானம், மகாயானம், போன்ற பிரிவுகளும், அவற்றில் காணப்படும் ஏராளமான உட்பிரிவுகளும், இன்று பௌத்தம் வேர்கொள்வதை தடை செய்யும் காரணிகளாக இருக்கின்றன.

அயோத்திதாசரைப் போல் இந்து மதக் கலப்பற்ற பௌத்தத்தைக் கட்டமைக்க வேண்டிய தேவை இன்று இருப்பதையும், பௌத்தம் குறித்து பேசுவதற்கும், பரப்புரை செய்வதற்கும், பௌத்தத்திற்கு என உரிமை கொண்டாடும் அமைப்புகளும் இன்று இந்தியாவில் வலிமையுடன் இல்லை. எங்கோ சிலர் சிற்சில குழுக்களாகவே தங்களை பாவித்தும், தங்கள் மட்டும் பௌத்த நெறிப்படி வாழ்ந்தால் போதும் என்று வாழும் போக்கு மட்டுமே இன்று தலித்துகளிடம் மேலோங்கி இருக்கின்றது.

பிறப்பின் அடிப்படையில் பாகுபாடு பார்க்கும் நிலை

மாற பௌத்தம் தேவைப்படும் அதே நேரம், பௌத்தம் பேசுவோரும் நாடுகளுமே உயிர்பலியும், வன்முறையும், புத்தரின் பேரால் நடத்தும் போது தமிழகத்தில் பௌத்தம் குறித்து பேசுவதற்கும் செயல்படுவதற்குமான காரணிகள் குறைவாகவே காணப்படுகின்றது.

உதவிய நூல்கள்:

1. ஆயிரத்து ஐநூறு ஆண்டுகளுக்கு முற்பட்ட தமிழகம்.
2. அம்பேத்கரின் புத்தரும் தம்மமும்
3. பௌத்த வாழ்வியல்
4. அயோத்திதாசர் சிந்தனைகள் பகுதி 1 மற்றும் 2
5. இந்திரர் தேச சரித்திரம்
6. இந்திய மெய்யியல்
7. மயிலை சீனிச்சாமி நூல்கள்

இயல் – 2

1. அவ்வையார்

தமிழ் இலக்கியத்தில் அவ்வையார் என்னும் பெயர் மிகவும் புகழ் பெற்ற பெயர். காரணம் அதனுடன் சொல்லப்படுகின்ற சம்பவமும் நிகழ்வும் ஏழை எளிய மக்களை முன்னிலைப் படுத்தியதாக இருக்கும். எனவே வரலாற்றில் எளியவர்களின் படியாளாகவே அவ்வை பார்க்கப்படுவதால் அவ்வை என்னும் பெயர் அனைவருக்கும் மிக பிடித்த பெயர் ஆகின்றது.

அவ்வை அல்லது ஔவை என்ற சொல் பழந்தமிழ் சொல். அறிவு நிலை மற்றும் அனுபவத்தில் முதியவள் அல்லது மக்களை பெற்ற மகராசிகளைக் குறிக்கும் பெயராக அவ்வை வழக்கில் இருந்துள்ளது. அவ்வை என்ற சொல்லுக்கு மூதாட்டி அல்லது தவப்பெண் என்றே பழந்தமிழ் அகராதி பொருள் சுட்டுகின்றது. திராவிட மொழிகளிலும் அவ்வை என்ற சொல்லுக்கு வயதானவர்களையே சுட்டுகின்றது. தெலுங்கிலும் அவ்வா என்றே பாட்டியை அழைக்கின்றனர். அவ்வை என்ற சொல்லுக்கு முதிர்ந்த பெண் என்றே பொருள் கொள்ள வேண்டியுள்ளது.

அவ்வையார் பற்றி பல வாய்மொழி கதைகள் உலவுகின்றன. அவை

- அவ்வையாரும் திருவள்ளுவரும் அண்ணன் தங்கை உறவுமுறையினர் .
- கம்பருக்கும் அவ்வையாருக்கும் தீராத பகையிருந்தது.
- முருகன் “ சுட்ட பழம் வேணுமா, சுடாத பழம் வேணுமா” என இரு பொருள் பட வினவியது
- சுந்தரருக்கு முன் கயிலாயம் சென்றது என பல கதைகள் உலாவுகின்றன.

தமிழ் வரலாற்றாசிரியர்கள் அவ்வையார் என்னும் பெயரில் 6–க்கும் மேற்பட்ட பெண் புலவர்கள் வெவ்வேறு காலங்களில் வாழ்ந்திருந்ததாக கணித்திருக்கின்றனர்.

1. சங்க கால அவ்வையார்
2. சங்கம் மருவிய கால அவ்வையார்
3. பிற்கால சோழர் கால அவ்வையார்
4. சமயப்புலவர் அவ்வையார்
5. தமிழறியும் பெருமாள் கதையில் வரும் அவ்வையார்
6. பந்தனந்தாதி பாடிய அவ்வையார்.
7. பிற அவ்வையார்கள் / பிற்கால அவ்வையார்.

அவ்வையார் இயற்றிய நூல்கள்.

1. புறநானூற்றில் 33 பாடல்கள்
2. அகநானூற்றில் 4 பாடல்கள்
3. நற்றிணை 7 பாடல்கள்
4. குறுந்தொகை 15 பாடல்கள்
5. ஆத்திசூடி
6. கொன்றை வேந்தன்
7. மூதுரை
8. நல்வழி
9. ஞானக்குறள்
10. அசதிக்கோவை
11. பந்தனந்தாசி
12. சிற்சில தனிப்பாடல்கள்

சங்க கால அவ்வையார் (கி.பி. 100 – 130)

இவர் சங்க காலத்தில் வாழ்ந்தவர், கடையேழு வள்ளல்களுள் ஒருவராக இருந்த தகடூரை ஆண்ட அதியமானிடம் தோழமை கொண்டிருந்தவர், இவர் நிகழ இருந்த பெரும் போரைத் தடுக்க அதியமானுக்காக நெடுங்கிள்ளியிடம் தூது சென்று அமைதியை நிலை நாட்டியவர். அதியமானிடம் நீண்ட நாள் உயிர் வாழும்

அரிதான அருநெல்லி பெற்றவர் . இவரது பாடல்கள் அகநானூறு, நற்றிணை, குறுந்தொகை ஆகிய நூல்களில் காணப்படுகின்றன. அதியமான், அவரது மகன் பொகுட்டெழினி, ஆகியோரை பாராட்டி புறநானூற்றில் பாடியிருக்கின்றார். பெரும்பாலும் இவரது பாடுபொருளாக போர்க்களமும், போர் வீரர்களுமாக இருந்திருக்கின்றது.

இடைக்கால அவ்வையார்:

இடைக்கால அவ்வையாரின் காலம் கி.பி. ஒன்பதாம் நூற்றாண்டின் பிற்பகுதியாகவோ அல்லது பத்தாம் நூற்றாண்டின் முற்பகுதியாகவோ இருக்கலாம் என கணிக்கப்படுகின்றது.

இவர் நூல் எதுவும் எழுதவில்லை, ஆயினும் இவரைப் பற்றிய பலகதைகள்தமிழிலக்கியத்தில்காணக்கிடைக்கின்றது. அவற்றில் ஒன்று பாரிசாலன் என்ற கடையேழு வள்ளல்களில் ஒருவரான பாரியின் மகள்களான அங்கவை மற்றும் சங்கவை என்னும் இரு பெண்களுக்கு, திருக்கோவிலூர் மன்னன் தெய்வீகனுக்கு மணமுடித்துக் கொடுத்தார் என்ற செய்தி "மறைந்து போன தமிழ் நூல்கள்" என்ற நூலில் இருந்து கிடைக்கின்றது.

சமயப்புலவர் அவ்வையார்:

இவர் கி.பி.பதினான்காம் நூற்றாண்டின் பிற்பகுதியில் வாழ்ந்தவர். சேரமான் பெருமாள் நாயனார், சுந்தரமூர்த்தி போன்றோரின் காலத்தில் வாழ்ந்தவர். இவர் எழுதியவைதான் அவ்வைக்குறள், வினாயகர் அகவல், போன்ற நூல்களை எழுதியவர், இவர் உடலோடு கயிலாயம் அடைந்ததாக கதையும் உண்டு. முருகன் அரியது, நெடியது, கேட்டு வினவியதும், சுட்டபழம் வேணுமா சுடாத பழம் வேணுமா என்று வினவியதும் இவரிடம்தான், இவரும் திருமண வாழ்வை விரும்பாமல் முதுமை பருவம் எய்தியவராகவே கருதப்படுகின்றார்.

தமிழறியும் பெருமாள் கதையில் வரும் அவ்வையார்:

இவர் நான்காம் கரிகால் சோழன் வாழ்ந்த 15 ஆம் நூற்றாண்டைச்

சேர்ந்தவராக இருக்கலாம் என்று கருதப்படுகின்றது. இவர் கதை தமிழறியும் பெருமாளை நக்கீர தேவ நாயனால் வாதில் தோற்கடித்து விறகு வெட்டிக்குத் திருமணம் செய்வித்த கதையோடு தொடர்புடையது. இது உண்மை கதையல்ல புணைவு என்று சொல்வாரும் உண்டு.

பந்தன் அந்தாதி பாடிய அவ்வையார்:

இவர் 17ஆம் நூற்றாண்டின் பிற்பகுதியிலும் 18ஆம் நூற்றாண்டின் முற்பகுதியிலும் விழுப்புரம் மாவட்டம், திண்டிவனம் வட்டம், இரெட்டணைக்கு அருகில் உள்ள ஊரில் பிறந்தவர். இன்று அந்த ஊர், அவரது பெயராலேயே “அவ்வையார் குப்பம்” அந்த கிராமத்துக்கு பக்கத்தில் இருந்த பந்தன் என்னும் பெருவணிகன் பிறந்த ஊரும் இன்று பந்தமங்கலம் என்று வழங்கப்படுகின்றது. பந்தன் என்னும் ஆயிரம் வைசிய குலத்தில் பிறந்தவனையும், அவனுடைய ஆயிரம் வைசியக்குலப் பெருமையை கூறும் நூல் இது. இவரும் ஆயிரம் வைசிய குலத்தைச் சேர்ந்தவர் என்றே வரலாற்றாய்வாளர்கள் முடிவு செய்கின்றனர்.

சோழர் கால அவ்வையார் (1071 – 1122):

இவர் 12ஆம் நூற்றாண்டில் வாழ்ந்தவர். ஆதிவீரராம பாண்டியன் காலத்தில் வாழ்ந்தவர். இவர் இயற்றியவைதான் ஆத்திசூடி, கொன்றைவேந்தன், மூதுரை, ஆகிய நூல்கள். இம்மூன்று நூல்களும் நீதி நெறி நூல்கள் என போற்றப்படுகின்றன.

இவர் பறையர் சாதியைச் சேர்ந்தவர் என கருதப்படுகின்றது. இவருடைய காலத்தையும் உறுதியாக கனிக்க இயலவில்லை. காரணம் ஆத்திசூடி இயற்றிய அவ்வையார் 12 ஆம் நூற்றாண்டில் வாழ்ந்தவர் என்பதையும் உறுதிபடக் கூறமுடியவில்லை.

ங போல் வளை என்னும் ஆத்திசூடி நன்னூல் இலக்கணத்தை ஒத்து இருப்பதால் இது 12 ஆம் நூற்றாண்டுக்குப் பிந்தியது என்றும் தமிழகத்தில் திண்ணைப் பள்ளிக்கூடங்கள் ஆரம்பிக்கப்பட்ட காலமான கி.பி.14 ஆம் நூற்றாண்டு அல்லது 16 ஆம் நூற்றாண்டுக்குப் பிந்திய காலமாகத்தான் இருத்தல் வேண்டும். என்று கணிப்போரும் உண்டு.

நீதி நூல்களின் பெருமை:

எளிய மொழிநடையில் அகர வரிசைப்படி அறிவுரை கூறும் பாடல்களை உலகில் மிகச் சிலரே எழுதியுள்ளனர். இலத்தின் மொழியில் செனக்காவும், பாரசீக மொழியில் ஹஃவீஸும், சீன மொழியில் கன்பூஸியஸ், இவர்களுடன் தமிழில் அவ்வையார் ஆகிய சிலரே இதுவரை நீதி நூல்கள் பாடியுள்ளவர்கள். இத்துறையில் அவ்வையாரின் பங்களிப்பு மிகச்சிறப்பானதாகும்.

வீரமாமுனிவர் ஆத்திசூடி நூல்களைத் தமிழின் பொன் நெடுங்கணக்கிற்கு மிகவும் தகுதியான நூல் என்பார். (Golden Alphabet) என்ற ஆங்கில மரபுத் தொடரின் பொருள் நெடுங்கணக்கு வரிசையில் எழுத்துக்களைச் சொல் முதலடிக்கொண்ட அறிவுரைத் தொகுதி என்பதே ஆகும். ஆத்திசூடி கொன்றைவேந்தன் மூதுரை பாடிய அவ்வையார் பிற்கால அவ்வையானாலும் கூட அந்நூல்களே உலகின் மிகப் பழமையான " பொன் நெடுங்கணக்கு" நூலாகும் என்பதில் அய்யமில்லை. இத்தகைய சிறப்பு பெற்ற அவ்வையின் நீதி நூல்களே அய்ரோப்பிய மொழிகளில் *(கி.பி.1708)* மொழி பெயர்க்கப்பட்ட முதல் தமிழ் பாடல்களாகும்.

அயோத்திதாசரின் பார்வையில் அவ்வையார்:

புத்தருக்குப்பின் பல கட்டமைப்புகளை அறிவியல் வழி நின்று உடைத்தவர் பண்டிதர் அயோத்திதாசர் ஆவார். அவ்வை ஆதி என்ற பறச்சிக்கும், பகவன் என்கின்ற பார்பனருக்கும் பிறந்தவர். அவரும் திருவள்ளுவரும் அண்ணன் தங்கை உறவு முறை என்ற கட்டமைப்பை தன்னுடைய ஆய்வுகள் வழியாக கட்டுடைத்து அவருடைய உண்மை வரலாற்றை நமக்குத் தருகின்றார்.

1500 ஆண்டுகளுக்கு முன்பு சக்கைய சுந்தரவாகு என்னும் அரசருக்கு மகளாக பிறந்து மங்கைப் பருவம் எய்தியபோது ஞானசங்கத்தில் சேர விருப்பம் தெரிவிக்க அவளது தாய்மாமன் கந்தருவதத்தனால் பொன்னினால் ஒரு பொட்டு செய்து அதைச் சரட்டில் இணைத்துக் கழுத்தில் கட்டச் செய்து உமள நாட்டு விகாரத்து பெண்கள் சங்கத்தில் சேர்த்து விட்டார்கள்.

அவளே புத்தரின் திரிபீடக தரும போதனைகளை எளிய நடையில் ஆத்திச்சுவடி, கொன்றை வேந்தன், வெற்றிஞானம் என்னும் திரிவாசகங்களாக மக்களுக்கு அளித்தவள். பிடகத்தை அறிவித்தவளாதலின் பிடகறி, பிடாரி, என்னும் காரணப் பெயர் பெற்ற வேம்படியம்மாள் அவள், வைசூரி, வாந்திபேதி, நோய்கள் நாகை நாட்டாரைத் தாக்கியபோது, அவர்கள் அவளை அணுக அவர்களுக்கு " உங்கள் உள்ளங்களிலுள்ள அன்பையும் அறனையும் அகற்றி வஞ்சம், பொறாமை, பொருளாசை, போன்றவற்றால் தூண்டப்பட்டுச் செயல்பட்டதால் இவ்வாறு அல்லல் உறுகின்றீர் இனியேனும் உடலும் உள்ளமும் சுற்றுப்புறமும் தூய்மையாய் இருக்குமாறு வாழ்வு நடத்துங்கள், என்று அறிவுரை கூறிய பெருந்தகை அவ்வம்மன்.

அவள் இறந்தபின் மக்கள் அவளுக்கு பல பெயரிட்டு சேரிகள் தோறும் விகாரம் கட்டி அது வீதியில் இருக்குமாயின் "திருவீதியம்மன்" என்றும் மத்திய எல்லைக்குள் இருக்குமாயின் "எல்லம்மன்" என்றும் கழிகளின் ஓரங்களிலிருக்குமாயின் "திருக்கழி அம்மன்" என்றும், கானத்தம்மன் முல்லை நிலத்திருக்குமாயின் துளிர் கானத்தம்மன் (தற்போதைய வழக்கில் துலுக்கானத்தம்மன்) பனைமரச் சோலைகளிலிருக்குமாயின் கருக்கம்மன் என்றும், தண்டுகள் இருக்கும் இடத்திலி ருக்குமாயின் பாளையத்தம்மன் என்றும் நந்தவனத்திலிருக் குமாயின் பூஞ்சோலை அம்மனென்றும் பெயர் வைத்து விழா எடுத்தார்கள். "

திரிசிரப்புரத்திலும் நாகை நாட்டிலும் புத்த தருமத்தை பரவச் செய்து வந்த தமிழ் அறிஞர்களும் பாணர்களும், யாழுடன் கலந்து பாடும் யாழ்பாணர்களும் மிலேச்சர்களின், மித்ர பேதத்தால் முகம்மதியர்களால் கொடுமை செய்யப் பெற்று இலங்கை முதலிய தீவுகளுக்கு குடியேறினார்கள்.

புத்த மடங்கள் அழிக்கப்பட்டுப் புத்த விகாரங்களிலிருந்த பொற்சிலைகள் திருடப்பட்டன. போர்த்துகீசியர் வரவிற்குப் பின் வேற்கண்ணி அம்மன் விகாரம் இருந்த இடத்தில் அவர்கள் மதக்கோயில் (வேளாங்கண்ணி) கட்டப்பட்டது. வட இந்தியாவின் வங்கத்தை ஆண்டு வந்த காளியும்

தமிழகத்து கோவலன் மனைவி கண்ணகியும் பின்னால் தெய்வங்களாக்கப்பட்டனர்.

இவர்களுக்கெல்லாம் உயிர்பலி கொடுக்கும் வழக்கம் ஏற்பட்டது. இவர்கள் அம்பிகை அம்மனின் பெயர்களைப் பெற்றவர்களே தவிர அம்பிகை அம்மனாக ஏற்றுக் கொள்ளத்தக்கவர் அல்லர், அம்மன் பெயரைச் சொல்லி பொட்டுக் கட்டி, கோவில்தாசிகள் என்று பெயர் வைத்துப் பெண்களை விபச்சாதிகளாக்குவதும் பெண்கள் அம்மனே வந்து ஆடிப்பாடி குறிச் சொல்லுவதைப் போல் நடிப்பதும் புத்த தர்மத்திற்கு எதிரான நடைமுறைகள்

அம்பிகை அம்மன் சரிதத்தை வெவ்வேறு சமயத்தார் பல முறைகளில் மாற்றம் செய்து பொய்கதைகளைப் பரப்பிவிட்டு தங்கள் வாழ்க்கையை வளப்படுத்திக் கொண்டார்கள். உலக மாதா, வானவர் செல்வி, முதல்வி, அம்பிகை, முதலிய பெயர்களைச் சிவன் மனைவிக்கும், நித்திய செல்வி, வாழ்வலங்காரி, பாக்கவதி, இலக்குமி, முதலிய பெயர் களை விஷ்ணு மனைவிக்கும், சரஸ்வதி, கல்விக்கரசி, ஞானத்தாய், முதலிய பெயர்களை பிரம்மன் மனைவிக்கும் சூட்டிக்கொண்டார்கள். சிலர் அம்மனை ஆதியென்ற பறச்சிக்கும், பகவன் என்னும் பார்ப்பானுக்கும் பிறந்தவள் பறை வள்ளுவனுக்குத் தங்கை என்றும் பரிகசித்துப் புத்தகம் எழுதி வைத்திருந்தார்கள்'' என்ற உண்மை வரலாற்றை உலகுக்கு உரை செய்வர்.

அயோத்திதாசரின் கூற்றுப்படி பௌத்த பிக்குனியான அவ்வை பௌத்த நெறிமுறைகளை எளிய மக்களை சென்றடைய பாடிய பாடல்களே நீதி நெறி நூல்கள். அதன் வழி தமிழ் மொழிக்கும் அவ்வையின் பங்களிப்பு அல்லது பௌத்தர்களின் பங்களிப்பு அளப்பரியதாக இருந்திருக்கின்றது. இன்றைக்கும் ஆத்திசூடியை கற்காமல் தமிழ் கூறும் நல்லுகில் எவரும் தமிழை கற்க வாய்ப்புகள் இல்லை, மொழியையும் , தம்மத்தையும் எளிய மக்களிடம் கொண்டு சேர்த்ததே அவ்வையின் அளப்பெரும் பணி.

உதவிய நூல்கள்

1. காலந்தோறும் அவ்வையார்
2. அயோத்திதாசர் சிந்தனைகள் தொகுதி 2
3. தமிழ் புலவர்கள் வரலாறு
4. தமிழர் சரித்திரம்
5. அவ்வை அன்று முதல் இன்று வரை.

2. எண்வழி மார்க்கம்

புத்தர் போதித்த நான்கு உன்னத உண்மைகள் மனித குலத்தின் துன்பத்திற்கு நிரந்தர தீர்வை சொல்வன. இந்த உண்மைகள் காலத்தால் அழிக்க முடியாதவை. அவை,

உண்மை 1: **துன்பம் மனிதர்களின் வாழ்வில் உள்ளது.**
(துக்கம்)

உண்மை 2: **துன்பத்திற்கு காரணம் உள்ளது.**
(துக்க சமுதாயம்)

உண்மை 3: **துன்பம் ஒழிக்கப்படக் கூடியது.**
(துக்க நிரோதம்)

உண்மை 4: **துன்பத்தை ஒழிக்க வழி உள்ளது.**
(துக்க நிரோத கமனீ படிபதா)

துன்பம் என்பது, நிறைவுபெற முடியாத வாழ்க்கை நிலை, மகிழ்ச்சியில்லாத வாழ்க்கை, இயல்பான மன நிலையில் இருக்க முடியாத நிலை. ஆதங்கம், பரபரப்பு, கவலை, ஆகிய தாங்கிக் கொள்ள முடியாத துயரங்களைக் குறிக்கும்.

முதல் உன்னத வாய்மை:

துன்பம் வாழ்வில் உள்ளது.

தனி மனிதர்களுக்கு துன்பம் பல வழிகளில் வருகின்றது.

1. பிறப்பு

2. முதுமை

3. நோய்

4. இறப்பு

5. துன்பம் தரும் நிகழ்வு அல்லது பொருள் அல்லது நபர், இவற்றோடு தொடர்பிலிருந்தால்.

6. துன்பம் தரும் நிகழ்வு அல்லது பொருள் அல்லது நபர் இவற்றை பிரிந்திருந்தால்

7. விரும்பும் ஒன்றைப் பெற முடியாமல் போவது, பணம், பொருள், பதவி, மனிதர்.

8. பல வகையான உடல் துன்பங்கள், நோய், வலி.

9. பல வகையான உள்ளத் துன்பங்கள் கவலை, ஆதங்கம்.

10. புலன்களால் உருவாகும் இன்பம் யாவும் துன்பமே துன்பத்தை மூன்று வழிகளில் கண்டறியலாம்.

1. அனைத்து உடல் மற்றும் மனம் சார்ந்த நோய்கள் – துன்பத்திற்கு காரணமாகின்றன.

2. மாறும் சூழ்நிலைகள் – ஒத்து போகும் தன்மையில்லாத காரணத்தால்

3. தனி மனிதர்க்குரிய நிலையாமை – துன்பத்தை உண்டாக்குகின்றது

துன்பத்தை புரிந்து கொள்ளுதல் என்பது வாழ்வியலின் உண்மை நிலையை அனுபவித்து ஆய்ந்தறிவதாகும்.

இரண்டாவது உன்னத வாய்மை:

துன்பத்திற்கு காரணம் இருக்கின்றது.

பொதுவாக மனிதர்களின் வாழ்வில் துன்பம் அல்லது மகிழ்ச்சியின்மைக்கு காரணம் ஆசை அல்லது தன்னை முன்னிலைப்படுத்தும் விருப்பம் அல்லது வெளிப்பாடு ஆகும். ஆசை தன்னை பல வழிகளில் வெளிப்படுத்திக் கொள்ளும், பேராசை, சுயநலம், ஆசை விருப்பு, வெறுப்பு, பந்தம், பாசம், அன்பு முதலிய வழிகளில் ஆசையானது வெளிப்படும்.

ஆசையை மூன்று வகைப்படுத்தலாம்.

1. உடல் மற்றும் புலன் சார்ந்த ஆசை

2. காலத்தை கடந்து வாழ்தலுக்கான ஆசை

3. அழிந்து விடுவதற்கான ஆசை அல்லது அழித்து விடுவதற்கான ஆசை

ஆசையோடு இணைந்தது "அறியாமை" இது வாழ்வின் உண்மை நிலையை உணராது இருப்பது ஆகும். இது நம்மை துன்பத்திற்கு இட்டு செல்லும்.

மூன்றாவது உன்னத வாய்மை:

துன்பம் ஒழியக்கூடியதே.

துன்பம் நீங்கிய நிலையே மிக உயர்ந்த உன்னத இன்ப நிலையாகும். மிக உயர்ந்த உன்னத இன்ப நிலையென்பது அனைத்து கவலைகளிலிருந்தும், விடுபடுதல், அல்லது கடந்து செல்லுதல் கவலைகள், தொல்லைகள், துன்பங்கள், துயரங்கள், மனஉலைச்சல்கள், போன்ற அனைத்தினின்றும், விடுபடுதலே உன்னத இன்ப நிலையாகும். இங்கே பிறத்தல், முதுமையடைதல், பிணியுறுதல், ஏமாற்றங்களை எதிர்கொள்ளுதல், இறத்தல், மீண்டும் பிறத்தல் ஆகிய துன்பங்கள் தொடர்கின்றன. இந்த துயர நிலையிலிருந்து விடுபட வழி உள்ளது. அது நான்காவது உன்னத வாய்மையை வளர்ப்பதன் மூலம் மூன்றாவது வாய்மையை உணரலாம்.

நான்காவது உன்னத வாய்மை:

துன்பத்தை ஒழிக்க வழி உள்ளது.

இந்த வழி உன்னதமான எண்வழிப்பாதை என வழங்கப் படுகிறது. இது தீவிர நிலைகளைத் தவிர்பதனால் இடைநிலை வழி எனவும் அறியப்படுகிறது. தன்னை வருத்திக் கொள்ளும் தவநிலை, மற்றும் தீவிரமான இன்ப நுகர்ச்சி நிலை ஆகியவையே தீவிர நிலைகள் எனப்படுகின்றன.

புத்தரால் போதிக்கப்பட்ட உன்னத எண்வழிப்பாதை அமைதிக்கும், உள் நோக்கிற்கும், முழு ஞானத்திற்கும், உன்னத இன்பத்திற்கும், வழி கோலுவதாகும். இத்தகைய உன்னத எண்வழிப்பாதையே நான்காவது உன்னத வாய்மையாகும்.

இது பின்பற்றப்பட வேண்டிய நடைமுறைப் படுத்தப்பட

வேண்டிய எண் வழிகளைக் கொண்டது அவை:

1. நன்னெறி:

1. நல்லுணர்வு (Right view)
2. நல் நினைவு (Right Intention)

2. நல்லொழுக்கம்:

3. நற் பேச்சு (Right Speech)
4. நற் செயல் (Right Action)
5. நல் வாழ்வு (Right Livelihood)

3. நற் கருணை :

6. நல் முயற்சி (Right Effort)
7. நல் மனம் (Right Mindfulness)
8. நல் அமைதி (Right Concentration)

3. ஆத்திசூடி நா.மு.வேங்கடசாமி நாட்டார் விளக்கமும் அயோத்திதாசர் விளக்கமும்

ஆத்திசூடியை ஓலைச்சுவடியிலிருந்து அச்சுக்கு முதலில் கொண்டு வந்தவர் திரு. நா.மு.வேங்கடசாமி நாட்டார் அவர்கள். அவரின் உரையையொட்டி பத்துக்கும் மேற்பட்ட தமிழறிஞர்களும் ஆத்திசூடிக்கு உரையொழுதியிருக்கின்றார்கள். நா.மு.வேங்கடசாமி நாட்டார் முதற்கொண்டு அவருக்குப்பின் உரையெழுதியவர்கள் அனைவரும் ஆத்திசூடிக்கு சைவ சமய சார்பில் உரையெழுதியவர்களாகத்தான் இருக்கின்றார்கள்.

இவர்கள் எழுதிய உரைகளிலிருந்து மாறுபட்டு பண்டிதர் அயோத்திதாசர் மட்டுமே ஆத்திசூடிக்கு பௌத்த சார்பு நிலையில் இருந்து விளக்கம் அளித்துள்ளார். ஆத்திசூடி பௌத்தம் சார்புடையதா அல்லது சைவம் சார்புடைய இலக்கியமா என்பதை இங்கு ஆய்வுக்கு எடுத்துக் கொள்ள வேண்டியத் தேவை இருக்கின்றது என்பதையும் நாம் உணர்ந்து கொள்ள வேண்டும். மேலும் சமயங்களின் வரலாற்றையும், தமிழ்நாட்டில் பௌத்தம், மற்றும் சமணம், சைவம், திருமாலியம் ஆகியவற்றின் வரலாற்றையும், கோலோச்சிய காலத்தையும் கணக்கிலெடுத்துக் கொள்ள வேண்டிய தேவையும் இருக்கின்றது. வாசிப்பவர்களின் புரிதலுக்காக நா.மு.வேங்கடசாமி நாட்டார், மற்றும் அயோத்திதாசர் ஆகிய இருவரின் விளக்கமும் சுருக்கமாகத் தொகுத்துள்ளேன்.

இறைவணக்கம்

ஆத்திசூடி அமர்ந்த தேவனை
ஏத்தி ஏத்தித் தொழுவோம் யாமே

நா.மு.வேங்கடசாமி நாட்டார் விளக்கம்:

ஆத்திசூடியை மாலை அணிந்த சிவபெருமான் வணங்கிய தேவனான விநாயகனைத் வணங்கித் தொழுவோம்..

அயோத்திதாசர் விளக்கம்

ஆத்திமரத்தின் நிழலில் வீற்றிருந்த புத்தரை வணங்கித் தொழுவோம் நாம்.

உயிர் வருக்கம்

1. அறம் செய்ய விரும்பு

நா.மு.வேங்கடசாமி நாட்டார் விளக்கம்

தருமம் செய்ய ஆசைப்படு.

அயோத்திதாசர் விளக்கம்

அறன் செயல் விரும்பு.

அறக்கடவுளான புத்தரின் நெறிமுறைகளாக,

- நற்காட்சி
- நற்சிந்தை
- நல்மனம்
- நற்செய்கை
- நல்வாழ்க்கை
- நல்லூக்கம்
- நற்கருத்து

- நல்லமைதி – இவைகளை விரும்பு என்பதாகும்.

2. ஆறுவது சினம்

நா.மு.வேங்கடசாமி நாட்டார் விளக்கம்

கோபம் தணிக்கப்பட வேண்டியதாகும்.

அயோத்திதாசர் விளக்கம்

சினம் தணிக்கப்பட வேண்டியதாகும்.

3. இயல்வது கரவேல்

நா.மு.வேங்கடசாமி நாட்டார் விளக்கம்

உன்னால் கொடுக்கக்கூடிய பொருளை யாசிப்பவர்க்கு ஒளிக்காது கொடு.

அயோத்திதாசர் விளக்கம்

உனக்கு தெரிந்த வித்தையால் நீ மட்டும் பலனடையாமல் அனைவரும் பயன்படும் வகையில் செய்ய வேண்டும்.

4. ஈவது விலக்கேல்

நா.மு.வேங்கடசாமி நாட்டார் விளக்கம்

ஒருவர் மற்றவர்க்கு கொடுப்பதை, வேண்டாமென்று தடுக்காதே.

அயோத்திதாசர் விளக்கம்

ஒருவருக்கொருவர் கொடுப்பதைத் தடுக்காதே

5. உடையது விளம்பேல்

நா.மு.வேங்கடசாமி நாட்டார் விளக்கம்

உன்னிடத்திலுள்ள பொருளை அல்லது இரகசியங்களை பிறர் அறியுமாறு சொல்லாதே.

அயோத்திதாசர் விளக்கம்:

உன்னிடத்திலுள்ள செல்வத்தை பிறர் அறியும்படி சொல்லாதே.

6. ஊக்கமது கைவிடேல்

நா.மு.வேங்கடசாமி நாட்டார் விளக்கம்

எப்போதும் முயற்சியைக் கைவிடக்கூடாது.

அயோத்திதாசர் விளக்கம்

உன்னுடைய முயற்சியை எப்போதும் கைவிடாதே.

7. எண் எழுத்து இகழேல்

நா.மு.வேங்கடசாமி நாட்டார் விளக்கம்

கணித இலக்கண நூல்களைத் தினமும் தவறாமல் நன்கு கற்க வேண்டும். .

அயோத்திதாசர் விளக்கம்

மொழியின் முதலெழுத்தையும் எண்களையும் இகழாமல் கற்க முனைய வேண்டும்.

8.ஏற்பது இகழ்ச்சி

நா.மு.வேங்கடசாமி நாட்டார் விளக்கம்

இறந்து வாழ்வது இழிவானது. அதனால் யாசிக்க கூடாது.

அயோத்திதாசர் விளக்கம்

ஒருவர் சொல்லும் வார்த்தையை விசாரணையின்றி ஏற்றுக் கொள்வது இழிவை தரும்.

9. ஐயம் இட்டு உண்

நா.மு.வேங்கடசாமி நாட்டார் விளக்கம்

யாசிப்பவர்களுக்கு பிச்சையிட்டு பிறகு உண்ண வேண்டும். .

அயோத்திதாசர் விளக்கம்

பௌத்த மற்றும் சமண துறவிகளுக்கு உணவளித்து அவர்கள் உண்டபின் உண்ண வேண்டும்.

10. ஒப்புரவு ஒழுகு

நா.மு.வேங்கடசாமி நாட்டார் விளக்கம்

உலக நடத்தையை அறிந்து கொண்டு அத்தோடு பொருந்துமாறு நடந்து கொள்.

அயோத்திதாசர் விளக்கம்

மனதில் அமைதிகொண்டு முகமலர்ச்சியோடு வாழ்தல் வேண்டும்.

11. ஓதுவது ஒழியேல்

நா.மு.வேங்கடசாமி நாட்டார் விளக்கம்

நல்ல நூல்களை எப்பொழுதும் படித்துக் கொண்டிரு

அயோத்திதாசர் விளக்கம்

அறிவை பெருக்கும் கலை இலக்கிய நூல்களை எப்பொழுதும்

வாசித்துக் கொண்டிருக்க வேண்டும்.

12. ஔவியம் பேசேல்

நா.மு.வேங்கடசாமி நாட்டார் விளக்கம்

ஒருவரிடமும் பொறாமை கொண்டு பேசாதே.

அயோத்திதாசர் விளக்கம்

ஒருவருக்கொருவர் பொறாமை கொண்டு மறந்தும் பேசாதே.

13. அஃகஞ் சுருக்கேல்

நா.மு.வேங்கடசாமி நாட்டார் விளக்கம்

அதிக இலாபத்துக்காக தானியங்களைக் குறைத்து அளந்து விற்காதே.

அயோத்திதாசர் விளக்கம்

அழியக்கூடிய உடலை புலன் இன்பத்திற்கு ஆட்பட்டு மேலும் கெட்டு போகச் செய்யாதே.

உயிர் மெய் வருக்கம்

14. கண்டொன்று சொல்லேல்

நா.மு.வேங்கடசாமி நாட்டார் விளக்கம்

கண்ணாற் கண்டதற்கு மாறாகப் (பொய்சாட்சி) சொல்லாதே

அயோத்திதாசர் விளக்கம்

கண்ணாற் கண்டதற்கு மாறாகப் (பொய்சாட்சி) சொல்லாதே

15. ஙப் போல் வளை

நா.மு.வேங்கடசாமி நாட்டார் விளக்கம்

ங என்னும் எழுத்தானது எப்படி தான் பயனுள்ளதாக இருந்து தன் வருக்க எழுத்துக்களை தழுவுகிறதோ அது போல நாமும் நம்மைச் சார்ந்தவர்களால் என்ன பயன் என்று பாராமல் அவர்களைக் காக்க வேண்டும்.

ங என்னும் எழுத்தை கூர்ந்து நோக்கினால், ஒருவர் வளைந்து வணக்கம் சொல்வது போல் உள்ளது விளங்கும். அதைப்போல பணிவாக பெரியவர் முன் வளைய வேண்டும் என்று அவ்வை உரைத்ததாகவும் எடுத்துக் கொள்ள வேண்டும்.

அயோத்திதாசர் விளக்கம்

தன்னைப் போல் மற்றவர்களையும் நேசித்து அவர்களோடு சேர்ந்து வாழ வேண்டும்.

16. சனி நீராடு

நா.மு.வேங்கடசாமி நாட்டார் விளக்கம்

சனிக்கிழமை தோறும் எணணெய் தேய்த்துக் குளிக்கவும்.

அயோத்திதாசர் விளக்கம்

கனிம வளங்கள் உள்ள குளிர்ந்த ஊற்று நீரில் தேகம் முழுவதும் நனையும் படி குளிக்க வேண்டும்.

17. ஞயம்பட உரை

நா.மு.வேங்கடசாமி நாட்டார் விளக்கம்

கேட்ப்பவருக்கு இன்பம் உண்டாகும் படி இனிமையாக பேசு.

அயோத்திதாசர் விளக்கம்

சொல்லுகின்ற நீதி நெறி விளக்கம் எதிரியின் உள்ளத்தில் பதியும் வண்ணம் இனிமையாக பேச வேண்டும்.

18.இடம் பட வீடு எடேல்

நா.மு.வேங்கடசாமி நாட்டார் விளக்கம்

உன் தேவைக்கு மேல் வீட்டை பெரிதாக கட்டாதே.

அயோத்திதாசர் விளக்கம்

ஆடம்பரத்திற்காகவும், தேவையில்லாமலும் பெரிதாக வீட்டை கட்டாதே.

19. இனக்கம் அறிந்து இணங்கு

நா.மு.வேங்கடசாமி நாட்டார் விளக்கம்

ஒருவரிடம் நட்பு கொள்ளும் முன் , அவர் நல்ல குணங்களும், நல்ல செய்கைகளும் கொண்டவரா எனத் தெரிந்த பிறகு அவருடன் நட்பு கொள்ளவும்.

அயோத்திதாசர் விளக்கம்

ஒருவரிடம் நட்பு கொள்ளும் முன். அவர் நல்ல குணங்களும், நல்ல செய்கைகளும் கொண்டவரா எனத் தெரிந்த பிறகு அவருடன் நட்பு கொள்ளவும்.

20. தந்தை தாய் பேண்

நா.மு.வேங்கடசாமி நாட்டார் விளக்கம்

உன் தந்தையையும் தாயையும் அவர்களுடைய முதுமைக் காலம் வரை அன்புடன் காப்பாற்று

அயோத்திதாசர் விளக்கம்

உன் தந்தையையும் தாயையும் அவர்களுடைய முதுமைக் காலம் வரை அன்புடன் காப்பாற்று.

21. நன்றி மறவேல்

நா.மு.வேங்கடசாமி நாட்டார் விளக்கம்

ஒருவர் உனக்கு செய்த உதவியை ஒரு போதும் மறவாதே.

அயோத்திதாசர் விளக்கம்

ஒருவர் உனக்கு செய்த நல்லுதவியை ஒரு போதும் மறவாதே.

22. பருவத்தே பயிர் செய்

நா.மு. வேங்கடசாமி நாட்டார் விளக்கம்

எச்செயலையும் அதற்குரிய காலத்திலேயே செய்ய வேண்டும்.

அயோத்திதாசர் விளக்கம்

உழவுத் தொழிலுக்குரிய காலத்திற்கு தகுந்தாற் போல் பயிரிட வேண்டும்.

23. மண் பறித்து உண்ணேல்

நா.மு.வேங்கடசாமி நாட்டார் விளக்கம்

பிறர் நிலத்தை திருடி அதன் மூலம் வாழாதே. (அல்லது) நீதி மன்றத்தில் இருந்து கொண்டே இலஞ்சம் வாங்கிக் கொண்டு தீர்ப்பு வழங்காதே என்றும் பொருள் கொள்ளலாம்.

அயோத்திதாசர் விளக்கம்

பிறர்நிலத்தையோ அல்லது நிலத்தில் விளைந்த பொருளையோ

அவராியாமல் திருடி தின்று உயிர் வாழாதே.

24. இயல்பு அலாதன செய்யேல்

நா.மு.வேங்கடசாமி நாட்டார் விளக்கம்

நல்லொழுக்கத்துக்கு மாறான செயல்களைச் செய்யாதே. .

அயோத்திதாசர் விளக்கம்

அனுபவமில்லாத செயலைச் செய்யாதே.

25. அறவம் ஆட்டேல்

நா.மு.வேங்கடசாமி நாட்டார் விளக்கம்

பாம்புகளைப் பிடித்து விளையாடாதே.

அயோத்திதாசர் விளக்கம்

பாம்புகளுடன் வேடிக்கையாகவோ அல்லது மற்றவர்களை அச்சுறுத்தும் நோக்கத்திற்காகவோ எப்பொழுதும் விளையாடாதே.

26. இலவம் பஞ்சில் துயில்

நா.மு.வேங்கடசாமி நாட்டார் விளக்கம்

இலவம் பஞ்சு எனும் ஒரு வகை பஞ்சினால் செய்யப்பட்ட படுக்கையிலே உறங்கு.

அயோத்திதாசர் விளக்கம்

இலவம் பஞ்சு எனும் ஒரு வகை பஞ்சினால் செய்யப்பட்ட படுக்கையிலே உறங்கு.

27. வஞ்சகம் பேசேல்

நா.மு.வேங்கடசாமி விளக்கம்

கபடச் (உண்மைக்கு புறம்பான கவர்ச்சிகரமான சொற்களைப் பேசாதே.

அயோத்திதாசர் விளக்கம்

உள்ளத்தில் கெட்ட எண்ணத்தை வைத்துக் கொண்டு நல்லவன் போல் பேசாதே.

28. அழகு அலாதன செய்யேல்

நா.மு.வேங்கடசாமி நாட்டார் விளக்கம்

இழிவான செயல்களைச் செய்யாதே. .

அயோத்திதாசர் விளக்கம்

ஒரு செயலைச் செய்யும் போது நேர்த்தியாகவும் செம்மை யாகவும் செய்ய வேண்டும். அவ்வாறு செய்ய இயலவில்லை யெனில் அந்த செயலை செய்யாதே.

29. இளமையில் கல்

நா.மு.வேங்கடசாமி நாட்டார் விளக்கம்

இளமைப் பருவத்தில் இருந்தே கற்க வேண்டியவைகளைத் (இலக்கணத்தையும், கணிதத்தையும்) தவறாமல் கற்றுக் கொள் .

அயோத்திதாசர் விளக்கம் :

இளமைப் பருவத்தில் இருந்தே கற்க வேண்டியவைகளைத் (இலக்கணத்தையும், கணிதத்தையும்) தவறாமல் கற்றுக் கொள்.

30. அறனை மறவேல்.

நா.மு.வேங்கடசாமி நாட்டார் விளக்கம்

தருமத்தை எப்போதும் மறவாமல் செய்.

அயோத்திதாசர் விளக்கம்

அறக்கடவுள் புத்தரை எப்போதும் மறக்காதே.

31. அனந்தல் ஆடேல்

நா.மு.வேங்கடசாமி நாட்டார் விளக்கம்

மிகுதியாக தூங்காதே.

அயோத்திதாசர் விளக்கம்

நீர் நிலைகளில் விளையாடாதே. குறிப்பாக அதிக வெள்ளப் பெருக்கின் போது நதியில் விளையாடாதே.

ககர வருக்கம்

32. கடிவது மற

நா.மு.வேங்கடசாமி நாட்டார் விளக்கம்

யாரையும் கோபத்தில் கடிந்து பேசி விடாதே.

அயோத்திதாசர் விளக்கம்

ஒருவர் மனம் புண்படும்படி எப்போதும் பேசாதே.

33. காப்பது விரதம்

நா.மு.வேங்கடசாமி நாட்டார் விளக்கம்

தான் செய்யத் தொடங்கிய தருமத்தை விடாமல் செய்வதே விரதமாகும். (அல்லது) பிற உயிர்களுக்கு துன்பம் செய்யாமல் அவற்றை காப்பாற்றுவதே தவம் ஆகும்.

அயோத்திதாசர் விளக்கம்

நல்லொழுக்கங்களை விடாமல் காப்பதே விரதம்

34. கிழமை பட வாழ்

நா.மு.வேங்கடசாமி நாட்டார் விளக்கம்

உன் உடலாலும் பொருளாலும் பிறருக்கு நன்மை செய்து வாழ்

அயோத்திதாசர் விளக்கம்

ஆதி கிழவனாம் புத்தரின் வாக்கின்படி வாழ வேண்டும்.

35. கீழ்மையகற்று

நா.மு.வேங்கடசாமி நாட்டார் விளக்கம்

இழிவான குணச் செயல்களை நீக்கு

அயோத்திதாசர் விளக்கம்

இழிவான செயல்களை செய்யும் தேகம் என்னும் பழி சொல்லை நீக்கு.

36. குணமது கைவிடேல்

நா.மு.வேங்கடசாமி நாட்டார் விளக்கம் :

நன்மை தரக்கூடிய நல்ல குணங்களைப் பின்பற்றுவதை நிறுத்தி விடாதே (கை விடேல்)

அயோத்திதாசர் விளக்கம்

நன்மை தரக்கூடிய நல்ல குணங்களைப் பின்பற்றுவதை நிறுத்தி விடாதே. (கை விடேல்)

37. கூடிப்பிரியேல்

நா.மு.வேங்கடசாமி நாட்டார் விளக்கம்

நல்லவரோடு நட்பு செய்து பின் அவரைப் பிரியாதே.

அயோத்திதாசர் விளக்கம்

நல்லவரோடு நட்பு செய்து பின் அவரைப் பிரியாதே.

38. கெடுப்பதொழி

நா.மு.வேங்கடசாமி நாட்டார் விளக்கம் :

பிறருக்கு கேடு விளைவிக்கும் செயல்களைச் செய்யாதே.

அயோத்திதாசர் விளக்கம்

பிறருக்கு கேடு விளைவிக்கும் செயல்களைச் செய்யாதே.

39. கேள்வி முயல்

நா.மு.வேங்கடசாமி நாட்டார் விளக்கம் :

கற்றவர் சொல்லும் நூற் பொருளைக் கேட்பதற்கு முயற்சி செய்.

அயோத்திதாசர் விளக்கம்

உனது செவிகளால் அறநெறி வாக்கியங்களைக் கேட்பதற்கான முயற்சியில் இரு.

40. கைவினை கரவேல்

நா.மு.வேங்கடசாமி நாட்டார் விளக்கம்

உங்களுக்கு தெரிந்ததை கைத்தொழிலை மற்றவர்களிடமிருந்து ஒளியாமல் செய்து கொண்டிருக்கவும்.

அயோத்திதாசர் விளக்கம்

உனக்குத் தெரிந்த கைத்தொழிலை விரக்தியாலோ, சோதனையாலோ, கைவிடாமல் தொடர்ந்து செய்து கொண்டிருக்கவும்.

41. கொள்ளை விரும்பேல்

நா.மு.வேங்கடசாமி நாட்டார் விளக்கம்

பிறர் பொருளை திருடுவதற்கு ஆசைப்படாதே.

அயோத்திதாசர் விளக்கம்

விலைகொடுத்து வாங்காமல் பிறர் பொருளை எப்போதும் விரும்பாதே.

42. கோதாட்டொழி

நா.மு. வேங்கடசாமி நாட்டார் விளக்கம்

குற்றமான விளையாட்டை விட்டு விடு (நீக்கு)

அயோத்திதாசர் விளக்கம்

உன்னை குற்றத்திற்குள்ளாக்கும் விளையாட்டை விளை யாடாதே.

43. கௌவை அகற்று

நா.மு.வேங்கடசாமி நாட்டார் விளக்கம்

வாழ்வில் செயற்கையாக ஏற்படும் துன்பத்தை நீக்கு

அயோத்திதாசர் விளக்கம்

அயோத்திதாசர் தொகுத்த ஆத்திசூடி விளக்கத்தில் இந்த பாடல் இல்லை

சகர வருக்கம்

44. சக்கர நெறி நில்.

நா.மு.வேங்கடசாமி நாட்டார் விளக்கம்.

அரசன் வகுத்த நெறிப்படி வாழவேண்டும். (அரசன் – ஆள்பவர்)

அயோத்திதாசர் விளக்கம்

அறவழியாம் பௌத்த நெறியின் படி வாழ்தல் வேண்டும்.

45. சான்றோரினத்திரு

நா.மு.வேங்கடசாமி நாட்டார் விளக்கம்

அறிவொழுக்கங்களில் நிறைந்த பெரியோர்களுடன் சேர்ந்து இரு.

அயோத்திதாசர் விளக்கம்

அறிவொழுக்கங்களில் நிறைந்த பெரியோர்களுடன் சேர்ந்து இரு.

46. சித்திரம் பேசேல்

நா.மு.வேங்கடசாமி நாட்டார் விளக்கம்

பொய்யான வார்த்தைகளை மெய் போலப் பேசாதே,

அயோத்திதாசர் விளக்கம்

பொய்யான வார்த்தைகளை மெய் போலப் பேசாதே,

47. சீர்மை மறவேல்

நா.மு.வேங்கடசாமி நாட்டார் விளக்கம்

புகழுக்கு காரணமான நல்ல குணங்களை மறந்து விடாதே.

அயோத்திதாசர் விளக்கம்

உனது உடலை சுத்தமாக வைத்திருக்க மறவாதே.

48. சுளிக்கச் சொல்லேல்

நா.மு.வேங்கடசாமி நாட்டார் விளக்கம்

கேட்பவருக்கு கோபமும் வெறுப்பும் உண்டாகும்படி பேசாதீர்

அயோத்திதாசர் விளக்கம்

கேட்பவருக்கு குழப்பம் உண்டாகாமல் பேசு

49. சூது விரும்பேல்

நா.மு.வேங்கடசாமி விளக்கம்

ஒரு போதும் சூதாட்டத்தை விரும்பாதே.

அயோத்திதாசர் விளக்கம்

ஒருவரை கெடுத்து வாழும் செயலைச் செய்ய விரும்பாதே

50. செய்வன திருந்த செய்

நா.மு.வேங்கடசாமி விளக்கம்

செய்யும் செயல்களைத் தவறோ குறையோ ஏதும் இல்லாமல் செய்யவும்.

அயோத்திதாசர் விளக்கம்

செய்யும் செயலைத் தவறில்லாமல் குறையில்லாமல் செய்யப் பழக வேண்டும்.

51. சேரிடமறிந்து சேர்

நா.மு.வேங்கடசாமி விளக்கம்

நீ பழகும் நபர்கள் நல்ல குணங்கள் உடையவர்களா என நன்கு ஆராய்ந்து பின்பு அவர்களுடன் பழகு

அயோத்திதாசர் விளக்கம்

நாம் சேர்ந்திருப்பது நல்லவரிடமா அல்லது கெட்டவரிடமா என்பதை அறிந்து நல்லவரிடத்து மட்டும் சேர்ந்து இருக்க வேண்டும்.

52. சையெனத் திரியேல்

நா.மு.வேங்கடசாமி விளக்கம்

பெரியோர் "சீ" என வெறுக்கும் படி வீணாய்த் திரியாதே.

அயோத்திதாசர் விளக்கம்

பிறர் உன்னைப் பாராட்ட வேண்டுமென்பதற்காக அறிவாளி போல் பொய் வேடங்கொண்டு திரியாதே.

53. சொற் சோர்வு படேல்

நா.மு.வேங்கடசாமி விளக்கம்

பிறருடன் பேசும் பொழுது மறந்தும் குற்றம் உண்டாகப் பேசாதே.

அயோத்திதாசர் விளக்கம்.

ஒருவருக்கு கொடுத்த வாக்கை காப்பாற்றத் தவறாதே.

54. சோம்பித் திரியேல்

நா.மு.வேங்கடசாமி நாட்டார் விளக்கம்

முயற்சியின்றி சோம்பேறியாகத் திரியாதே.

அயோத்திதாசர் விளக்கம்

எந்த ஒரு வேலையையும் செய்யாமல் திரியாதே.

தகர வருக்கம்

55. தக்கோனெனத்திரி

நா.மு.வேங்கடசாமி விளக்கம்

பெரியோர்கள் உன்னைத் தக்கவன் (யோக்கியன், நல்லவன்) என்று புகழும்படி நடந்து கொள்.

அயோத்திதாசர் விளக்கம்

எடுத்த செயலை வெற்றிகரமாக முடிக்க வல்லவர்களுடன் சேர்ந்திரு.

56. தானமது விரும்பு

நா.மு.வேங்கடசாமி நாட்டார் விளக்கம்

யாசிப்பவர்களுக்கு தானம் செய்

அயோத்திதாசர் விளக்கம்

தருமம் செய்ய ஆசைப்படு

57. திருமாலுக்கு அடிமை செய்

நா.மு.வேங்கடசாமி நாட்டார் விளக்கம்

நாராயணமூர்த்திக்கு தொண்டுச் செய்

அயோத்திதாசர் விளக்கம்

மனிதர்களுள் சிறந்த புத்தபிரானுக்கும் அவரைச் சார்ந்தவர்களுக்கும் தொண்டு செய்.

58. தீவினையகற்று

நா.மு.வேங்கடசாமி நாட்டார் விளக்கம்

பாவச் செயல்களைச் செய்யாமல் இரு.

அயோத்திதாசர் விளக்கம்

கொடுஞ்செயல்களை நினைக்காதே

59. துன்பத்திற்கிடங்கொடேல்

நா.மு.வேங்கடசாமி நாட்டார் விளக்கம்

முயற்சி செய்யும் பொழுது வரும் உடம்பின் வருத்தத்திற்கு அஞ்சி அதனை விட்டு விடாதே.

அயோத்திதாசர் விளக்கம்

துன்பம் தரக்கூடிய செயல்களான, குடி, சூது, மாது

போன்றவற்றில் ஈடுபடக்கூடாது.

60. தூக்கி வினை செய்

நா.மு.வேங்கடசாமி நாட்டார் விளக்கம்

ஒரு வேளையை முடிப்பதற்கான வழிமுறைகளை நன்கு ஆராய்ந்து அறிந்த பின்பு அச்செயலை செய்ய தொடங்கவும்.

அயோத்திதாசர் விளக்கம்

செய்யும் ஒவ்வொரு செயலையும் நன்மை தீமைகளை ஆராய்ந்து சீர் தூக்கி செய்ய வேண்டும்.

61. தெய்வமிகழேல்

நா.மு.வேங்கடசாமி நாட்டார் விளக்கம்

கடவுளைப் பழிக்காதே

அயோத்திதாசர் விளக்கம்

தெய்வ ஒளி கண்டோரை துறவிகளை இகழாதே.

62. தேசத்தோடொத்து வாழ்

நா.மு.வேங்கடசாமி நாட்டார் விளக்கம்

உன் நாட்டில் வசிக்கும் மக்களுடன் பகை இல்லாமல் வாழ்

அயோத்திதாசர் விளக்கம்

நாட்டில் உள்ள ஒழுக்கத்தோடு வாழும் மக்களுடன் சேர்ந்து வாழ்

63. தையல் சொல் கேளேல்

நா.மு.வேங்கடசாமி விளக்கம்

மனைவி சொல் கேட்டு ஆராயமல் நடவாதே

அயோத்திதாசர் விளக்கம்

கொடூரமான வார்த்தைகளைக் கேட்க்காதே

64. தொன்மை மறவேல்

நா.மு.வேங்கடசாமி நாட்டார் விளக்கம்

பழமையாகிய நட்பினை மறந்து விடாதே

அயோத்திதாசர் விளக்கம்

குடும்பத்தில் உள்ள பழம் பெருமை உடையோரை மறவாதே.

65. தோற்பன தொடரேல்

நா.மு.வேங்கடசாமி நாட்டார் விளக்கம்

ஒரு செயலைச் செய்தால் தோல்வியில் தான் முடியும் எனத் தெரிந்தே அதை தொடங்காதே.

அயோத்திதாசர் விளக்கம்

உன்னிடம் தோற்றவர்களின் வார்த்தைகளை நம்பி விடாதே.

நகர வருக்கம்

66. நன்மை கடைப்பிடி

நா.மு.வேங்கடசாமி நாட்டார் விளக்கம்

நல் வினை செய்தலை எவ்வளவு இடையூறு வந்தாலும் உறுதியாக தொடரவும்.

அயோத்திதாசர் விளக்கம்

நல்லவன் என்று சொல்லத் தகுந்த செயல்களை விடாமல் தொடர்ந்து செய்

67. நாடொப்பன செய்

நா.மு.வேங்கடசாமி நாட்டார் விளக்கம்

நாட்டில் உள்ள பலரும் ஒத்துக் கொள்ளத் தக்க நல்ல காரியங்களைச் செய்

அயோத்திதாசர் விளக்கம

உழவுத்தொழிலுக்கு ஒத்துப் போகும் படியான செயல்களைச் செய்

68. நிலையிற் பிரியேல்

நா.மு.வேங்கடசாமி நாட்டார் விளக்கம்

உன்னுடைய நல்ல நிலையில் இருந்து என்றும் தாழ்ந்து விடாதே.

அயோத்திதாசர் விளக்கம்

விழிப்புணர்வுடன் இருக்கத் தவறாதே.

69. நீர் விளையாடேல்

நா.மு.வேங்கடசாமி நாட்டார் விளக்கம்

வெள்ளத்தில் நீந்தி விளையாடாதே.

அயோத்திதாசர் விளக்கம்

பங்குனி மாதத்தில் நிகழும் ஆணும் பெண்ணும் கலந்த நீர்

விளையாட்டை விளையாடாதே.

70. நுண்மை நுகரேல்

நா.மு.வேங்கடசாமி நாட்டார் விளக்கம்

நோயைத் தரும் சிற்றுண்டிகளை அதிகமாக உண்ணாதே.

அயோத்திதாசர் விளக்கம்

நுண்ணறிவை வளர்த்துக் கொள்ள தவறாதே.

71. நூல் பல கல்

நா.மு.வேங்கடசாமி நாட்டார் விளக்கம்

அறிவை வளர்க்கும் பல நூல்களைப் படி

அயோத்திதாசர் விளக்கம்

அறிவை வளர்க்கும் பல நூல்களைப் படி

72. நெற்பயிர் விளை

நா.மு.வேங்கடசாமி நாட்டார் விளக்கம்

நெற்பயிரை விளையச் செய்வதை உன் வாழ்க்கைத் தொழிலாகக் கொண்டு வாழ்.

அயோத்திதாசர் விளக்கம்

நெற்பயிரை விளையச் செய்வதை உன் வாழ்க்கைத் தொழிலாகக் கொண்டு வாழ்

73. நேர் படவொழுகு

நா.மு.வேங்கடசாமி நாட்டார் விளக்கம்

ஒழுக்கந் தவறாமல் நேர் வழியில் நட

அயோத்திதாசர் விளக்கம்

அனைவருக்கும் நேர்மையானவனாய் நடந்து கொள்

74. நை வினை நனுகேல்

நா.மு.வேங்கடசாமி நாட்டார் விளக்கம்

பிறர் வருந்தத் தகுந்த தீவினைகளைச் செய்யாதே.

அயோத்திதாசர் விளக்கம்

சொல்லாலும், செய்கையாலும் உடலாலும் உன்னை காயப்படுத்துவோருடன் சேர்ந்திருக்காதே.

75. நொய்ய வுரையேல்

நா.மு.வேங்கடசாமி நாட்டார் விளக்கம்

பயன் இல்லாத அற்ப வார்த்தைகளைப் பேசாதே.

அயோத்திதாசர் விளக்கம்

அன்பு கொண்ட மனம் உடையாரை புண்படுத்திப் பேசாதே.

76. நோய்க்கிடங்கொடேல்

நா.மு.வேங்கடசாமி நாட்டார் விளக்கம்

மிகுந்த உணவு உறக்கம் முதலியவற்றால் நோய்க்கு வழிவகை செய்யாதே.

அயோத்திதாசர் விளக்கம்

நமது உடலில் நோய் உருவாக காரணமாக இருப்பவற்றை செய்யாதே.

பகர வருக்கம்

77. பழிப்பன பகரேல்

நா.மு.வேங்கடசாமி நாட்டார் விளக்கம்

பெரியோர்களால் பழிக்கப்படும் இழிவான சொற்களான பொய், கடுஞ்சொல், ஆகியவற்றைப் பேசாதே.

அயோத்திதாசர் விளக்கம்

மற்றவர்களை எப்பொழுதும் இழிவாக பேசாதே.

78. பாம்போடு பழகேல்

நா.மு.வேங்கடசாமி நாட்டார் விளக்கம்

பாம்பு போல கொடிய குணம் கொண்டவர்கள் உடன் பழகாதே.

அயோத்திதாசர் விளக்கம்

நஞ்சுள்ள விலங்கினங்களோடு பழகாதே

79. பிழை படச் சொல்லேல்

நா.மு.வேங்கடசாமி நாட்டார் விளக்கம்

குற்றம் உண்டாகும் படி எதையும் பேசாதே.

அயோத்திதாசர் விளக்கம்

குற்றம் உண்டாகும் படி எதையும் பேசாதே.

80. பீடு பெற நில்

நா.மு.வேங்கடசாமி நாட்டார் விளக்கம்

பெருமையை அடையும் படியான நல்ல நிலையில் நில்

அயோத்திதாசர் விளக்கம்

உடல் வலிமையுடன் இருக்கப் பழகு

81. புகழ்ந்தாரைப் போற்றி வாழ்

நா.மு.வேங்கடசாமி நாட்டார் விளக்கம்

உன்னையே நம்பியவர்களைக் காப்பாற்றி வாழ்.

அயோத்திதாசர் விளக்கம்

சான்றோர்களைப் போற்றி வாழ்

82. பூமி திருத்தியுன்

நா.மு.வேங்கடசாமி நாட்டார் விளக்கம்

விளை நிலத்தை உழுது அதில் பயிர் செய்து உண். (அல்லது) விவசாயத்தை வாழ்க்கைத் தொழிலாகக் கொள்

அயோத்திதாசர் விளக்கம்

விளை நிலத்தை உழுது அதில் பயிர் செய்து உண். (அல்லது) விவசாயத்தை வாழ்க்கைத் தொழிலாகக் கொள்

83. பெரியோரைத் துணைக்கொள்

நா.மு.வேங்கடசாமி நாட்டார் விளக்கம்

அறிவிலே சிறந்த பெரியோர்களை உனக்குத் துணையாகப் பேணிக்கொள்

அயோத்திதாசர் விளக்கம்

அயோத்திதாசர் விளக்கம்

மெய்பொருள் குறித்து சிந்தித்து அதன்படி வாழ்

87. போர்த்தொழில் புரியேல்

நா.மு.வேங்கடசாமி நாட்டார் விளக்கம்

யாருடனும் தேவையில்லாமல் சண்டை போடுவதை ஒரு வேலையாகச் செய்யாதே.

அயோத்திதாசர் விளக்கம்

வாது வழக்குக்கு ஏதுவான தொழிலை எப்போதும் செய்யாதே.

மகர வருக்கம்

88. மனந்தடுமாறேல்

நா.மு.வேங்கடசாமி நாட்டார் விளக்கம்

எதனாலும் மனக் கலக்கம் அடையாதே.

அயோத்திதாசர் விளக்கம்

விழிப்பு நிலையில் இருந்து மனம் தடுமாறாதே.

89. மாற்றானுக்கிடங்கொடேல்

நா.மு.வேங்கடசாமி நாட்டார் விளக்கம்

பகைவன் உன்னைத் துன்புறுத்தி உன்னை வெல்வதற்கு இடம் கொடுக்காதே.

அயோத்திதாசர் விளக்கம்

வஞ்சகர்கள் நம்மை அணுக வாய்ப்புகள் தராதே.

90. மிகை படச் சொல்லேல்

நா.மு.வேங்கடசாமி நாட்டார் விளக்கம்

சாதாரணமான விஷயத்தை மாயாஜால வார்த்தைகளால் பெரிதாகக் கூறாதே.

அயோத்திதாசர் விளக்கம்

அடுத்தவர்களுக்கு துன்பம் தரும் வார்த்தைகளைப் பேசாதே. .

91. மீதூண் விரும்பேல்

நா.மு.வேங்கடசாமி நாட்டார் விளக்கம்

மிகுதியாக உண்ணுதலை விரும்பாதே

அயோத்திதாசர் விளக்கம்

மிகுதியாக உண்ணுதலை விரும்பாதே

92. முனை முகத்து நில்லேல்

நா.மு.வேங்கடசாமி நாட்டார் விளக்கம்

எப்போதும் யாருடனாவது சண்டையிடுவதற்காக போர் முனையிலே நிற்காதே.

அயோத்திதாசர் விளக்கம்

கூறிய ஆயுதங்களுக்கு முன் நிற்காதே.

93. மூர்க்கரோடிணங்கேல்

நா.மு.வேங்கடசாமி நாட்டார் விளக்கம்

மூர்க்க குணம் கொண்டவர்களுடன் பழகாதே.

அயோத்திதாசர் விளக்கம்

முன்கோபம் கொண்டவர்களுடன் சேர்ந்திருக்காதே.

94. மெல்லினல்லாள் தோள் சேர்

நா.மு.வேங்கடசாமி நாட்டார் விளக்கம்

பிற மாதரை விரும்பாமல் உன் மனைவியுடன் மட்டும் சேர்ந்து வாழ்

அயோத்திதாசர் விளக்கம்

மென்தேகமும், மென்மையான பேச்சும் உடையவளை மனைவியாக்கி வாழாதே.

95. மேன் மக்கள் சொற்கேள்

நா.மு.வேங்கடசாமி நாட்டார் விளக்கம்

நல்லொழுக்கம் உடைய பெரியோர் சொல்லைக் கேட்டு நட

அயோத்திதாசர் விளக்கம்

நல்லொழுக்கம் உடைய பெரியோர் சொல்லைக் கேட்டு நட

96. மைவிழியார் மனையகல்

நா.மு.வேங்கடசாமி நாட்டார் விளக்கம்

விலை மாந்தர் உடன் உறவு கொள்ளாமல் விலகி நில்

அயோத்திதாசர் விளக்கம்

கண்களில் மையிட்டு மயக்கும் குணமுடையோர் வீட்டருகே நிற்காதே.

97. மொழிவதறமொழி

நா.மு.வேங்கடசாமி நாட்டார் விளக்கம்

சொல்லப்படும் பொருளைச் சந்தேகம் நீங்கும் படி சொல்

அயோத்திதாசர் விளக்கம்

சொல்லப்படும் பொருளைச் சந்தேகம் நீங்கும் படி சொல்

98. மோகத்தை முனி

நா.மு.வேங்கடசாமி நாட்டார் விளக்கம்

நிலையில்லாத பொருள்களின் மேலுள்ள ஆசையை வெறுத்திடு

அயோத்திதாசர் விளக்கம்

காமத்தைக் கடந்து நிற்க வேண்டும் .

வகர வருக்கம்

99. வல்லமை பேசேல்

நா.மு.வேங்கடசாமி நாட்டார் விளக்கம்

உன்னுடைய சமார்த்தியத்தை நீயே புகழ்ந்து பேசாதே.

அயோத்திதாசர் விளக்கம்

உன்னுடைய பலத்தை மெச்சி பேசாதே.

100. வாது முற்கூறேல்

நா.மு.வேங்கடசாமி நாட்டார் விளக்கம்

பெரியோர்கள் இடத்தில் முரண்பட்டு வாதிடாதே.

அயோத்திதாசர் விளக்கம்

சான்றோர்கள் நிறைந்த அவையில் யோசிக்காமல் யாரைக் குறித்தும் புகார் சொல்லாதே.

101. வித்தை விரும்பு

நா.மு.வேங்கடசாமி நாட்டார் விளக்கம்

கல்வியாகிய நற்பொருளை விரும்பு

அயோத்திதாசர் விளக்கம்

கைத்தொழிலைக் கற்றுக் கொள்ள விரும்பு

102. வீடு பெற நில்

நா.மு.வேங்கடசாமி நாட்டார் விளக்கம்

முக்தியைப் பெறுவதற்கான சன்மார்கத்திலே வாழ்க்கையை நடத்து

அயோத்திதாசர் விளக்கம்

நிர்வாண நிலையை அடைவதற்கான ஞான மார்க்கத்திலே நில்.

103. உத்தமனாய் இரு

நா.மு.வேங்கடசாமி நாட்டார் விளக்கம்

உயர்ந்த குணங்கள் கொண்டவனாக வாழு

அயோத்திதாசர் விளக்கம்

அனைவரும் நல்லவனென்று சொல்லும் படி வாழ்

104. ஊருடன் கூடி வாழ்

நா.மு.வேங்கடசாமி நாட்டார் விளக்கம்

ஊராருடன் நன்மை தீமைகளில் கலந்து வாழ்

அயோத்திதாசர் விளக்கம்

ஊராருடன் நன்மை தீமைகளில் கலந்து வாழ்

105. வெட்டெனப் பேசேல்

நா.மு.வேங்கடசாமி நாட்டார் விளக்கம்

யாருடனும் கத்தி வெட்டுப் போலக் கடினமாகப் பேசாதே.

அயோத்திதாசர் விளக்கம்

கடினமான வார்த்தைகளைப் பேசாதே.

106. வேண்டி வினை செயேல்

நா.மு.வேங்கடசாமி நாட்டார் விளக்கம்

வேண்டுமென்றே தீய செயல்களைச் செய்யாதே.

அயோத்திதாசர் விளக்கம்

ஒருவர் செய்து வரும் தொழிலைப் போட்டியாக நீயும் செய்யாதே.

107. வைகறை துயிலெழு

நா.மு.வேங்கடசாமி நாட்டார் விளக்கம்

நாள்தோறும் சூரியன் உதிக்கும் முன்பே தூக்கத்திலிருந்து

எழுந்திரு.

அயோத்திதாசர் விளக்கம்

நாள்தோறும் சூரியன் உதிக்கும் முன்பே தூக்கத்திலிருந்து எழுந்திரு.

108. ஒன்னாரைத் தேறேல்

நா.மு.வேங்கடசாமி நாட்டார் விளக்கம்

பகைவர்களை நம்பாதே.

அயோத்திதாசர் விளக்கம்

பகைவர்களோடு சேர்ந்திருக்காதே

109. ஓரஞ்சொல்லேல்

நா.மு.வேங்கடசாமி நாட்டார் விளக்கம்

எந்த வழக்கிலும் ஒரு புடைச் சார்பாக பேசாம்ல் நடு நிலையுடன் பேசு.

அயோத்திதாசர் விளக்கம்

எந்த வழக்கிலும் ஒரு புடைச் சார்பாக பேசாமல் நடு நிலையுடன் பேசு.

4. ஆத்திசூடி மீள் வாசிப்பு

சொல்லுதல் யார்க்கும் எளிய என்பதன் மூலம் எல்லோரும் செய்யக்கூடிய மிகவும் எளிமையான செயல் சொல்லுதல் என மொழிகின்றார் அய்யன் திருவள்ளுவர் . அதே நேரத்தில் நாம்

நினைப்பதை எல்லாம் பேச முடியாது என்பதையே “சொல்லில் வருவது பாதி நெஞ்சில் தூங்கி கிடப்பது மீதி” என்பார் கவியரசர் கண்ணதாசன்.

தமிழில் “ சொல்லுதல் மற்றும் பேசுதல் என்ற பொருளில் “சொல்லுதல்” மொழிதல், கிளருதல், குழுலுதல்.பகர்தல், கூறுதல், என 162 சொற்கள் உள்ளது. இதில் இருந்து பேசுவதை கூட வகை படுத்தி வைத்திருக்கின்றது தமிழ். இருப்பினும் ஒரு நல்ல பேச்சு எவ்வாறு அமைய வேண்டும் எனில் இன்னும் கொஞ்ச நேரம் பேச மாட்டாரா? என கேட்ப்பவர்கள் என்னும்போதே முடித்து விட வேண்டும் அப்போதுதான் பேச்சு சுவையானதாக இருக்கும்.

அரசியல் வாதிகளும், ஆளுமை வல்லுனர்களும் இதனை சிறப்பாக பயன்படுத்துவர். செய்தியை முன்னிறுத்தி கற்றுக் கொள்வதற்காக அளிக்கப்படும் பயிற்சிகளில் கூட பயிற்சியாளர் இன்னும் கொஞ்சம் பேச மாட்டாரா என்று பங்கேற்பாளர்கள் என்னும் போது பயிற்சியை முடிக்க வேண்டும் அப்போதுதான் பயிற்சி சுவையானதாகவும், சிறப்பானதாகவும், பயனுடைய தாகவும் இருக்கும். சொல்லுதல் அல்லது பேசுவது என்பது தகவல் தொடர்பில் ஒரு முக்கிய பங்கெடுக்கும் செயலாகும். அவ்வாறு எனில் எப்படி பேசுவது என்பது குறித்து ஏதேனும் விதிகள் உள்ளதா? “சொல்லுக பிறிதொரு சொல்லை அச்சொல்லை வெல்லும் சொல் இன்மை அறிந்து“ என்று எப்படி

பேசவேண்டும் என வள்ளுவம் வகை மொழிந்தாலும் எவ்வாறு பேசுவது என்பதற்கு "இனிய உளவாக இன்னாத கூறல் கனி இருப்ப காய் கவர்ந்தற்று" என்கிறது – திருக்குறள்

தகவல்தொடர்பில்முக்கியத்துவம்வாய்ந்தகோட்பாடான"நாம் அனுப்பும் ,சொல்லும் தகவல் அல்லது செய்தி மற்றவர்களுக்கு தெளிவாக புரியும் விதத்திலும்" "குழப்பம் இல்லா வகையிலும் இருக்க வேண்டும்." இதன் அடிப்படையிலும், தகவல் தொடர்பில் உள்ள முக்கியமான 5 கூறுகளான

1. சொல்லுபவர்அல்லது தகவல் அனுப்புபவர்
2. கேட்ப்பவர் அல்லது தகவல் பெறுபவர்
3. செய்தி அல்லது தகவல்
4. ஊடகங்கள் அல்லது தகவல் தொடர்பு முறைகள்
5. பதிலளித்தல் அல்லது எதிர்வினை

இவைகள் எவ்வாறு இருக்க வேண்டும், அல்லது, எப்படி

பேச வேண்டும் என தகவல் தொடர்பில் உள்ள தகவல் தொடர்பின் சூட்சுமங்களை வகைப்படுத்தி ஆத்திசூடி நமக்காக விளக்குகின்றது. தமிழ்பாட்டி ஔவை ஆத்திசூடியில் 109 விளக்கத்தில் 17 விளக்கத்தை தகவல் தொடர்புடைய விளக்கங்களாகவே அளித்து இருக்கின்றார்.

- உடையது விளம்பேல் தனது பலம் மற்றும் பலவீனத்தை குறித்து பேசாதே!
- ஔவியம் பேசேல் ஒருவர் மீது பொறாமை கொண்டு பேசாதே!
- கண்டென்று சொல்லேல் பார்த்ததை விட்டு விட்டு பார்க்காத ஒன்றை பற்றி பேசாதே!
- ஞயம்பட உரை – மற்றவர் மனதை புண்படுத்தாமல் மென்மையாக பேசவேண்டும்
- வஞ்சகம் பேசேல் பழிவாங்கும் நோக்கோடு பேசாதே
- சித்திரம் பேசேல் இருப்பதைவிட்டு இல்லாததை (கற்பனையாக) பேசாதே

- சுளிக்கச் சொல்லேல் பிறர் மனம் புண்படும்படி பேசாதே
- சொற் சோர்வு படேல் உற்சாகம் (நம்பிக்கை) இல்லாமல் பேசாதே
- நொய்ய உரையேல் பிறர் மனம் வருத்தப்படும் வகையில் பேசாதே.
- பழிப்பன பகரேல் மற்றவர்களின் மேல் பழி சொல்லாதே
- பிழைபட சொல்லேல் பிறர் மேல் குற்றம் சொல்லாதே
- மிகைபட சொல்லேல் நடந்ததை நடந்தவாறு சொல்லாமல் மிகைபடுத்தி சொல்லாதே
- மொழிவது அறமொழி – தர்மத்தை (உண்மை மட்டுமே பேசு
- வல்லமை பேசேல் உன் பலத்தைப் பற்றி பெருமையாக பேசாதே
- வாது முற்கூறேல் எல்லோருக்கும் முன் சென்று புகார் சொல்லாதே,
- வெட்டெனெ பேசேல் பொறுப்பில்லாமல் பேசாதே
- ஓரம் சொல்லேல் ஒருதலை பட்சமாய் பேசாதே.

என இரண்டாயிரம் ஆண்டுகளுக்கு முன்பே பேசுவதற்கும், தகவல் தொடர்பிற்கும் இலக்கணம் வகுத்த ஔவையின் ஆத்திசூடியினை பின்பற்றி வாழ்வோம், நமது குழந்தை களுக்கும் எவ்வாறு பேச வேண்டும் என்பதை கற்பிப்போம்.

ஆத்திசூடி தமிழ் வளர்ச்சி நோக்கோடு எழுதப்பட்டிருந் தாலும் அதன் உண்மையான நோக்கம்,புத்தரின் எண்வழி மார்கத்தை எளிய தமிழில் பாமரர்களுக்கும் புரியும் வகையில் கொண்டு செல்லும் நோக்கோடு எழுதப்பட்டது தான். ஏனெனில் வரலாற்றில் ஔவை தொடங்கிவைத்த ஆத்திசூடி மரபு எண்வழி மார்கத்தை போதிக்கின்றது,பாரதியார் எழுதிய ஆத்திசூடி – தேச விடுதலைக் கருத்துக்களைப் பின்புலமாகக் கொண்டும், அவரது இளவல் பாரதிதாசன் எழுதிய ஆத்திசூடி –சமுக சீர்திருத்த கருத்துக்களை வலியுறுத்தியும் எழுதப் பட்டிருக்கின்றது.

இந்த பின்புலம் யாவுமே ஆத்திசூடி எழுதிய காலங்கள் மற்றும் அப்பொழுது நிகழ்ந்த தமிழக சூழலையும் எளிதில் உணர்ந்து கொள்ளவே இங்கு எடுத்தாளப்படுகின்றது. மேலும் எண்வழி மார்கத்தின் 3 பிரிவுகளான நல்வழி,நல்லொழுக்கம், நற்கருணை ஆகிய 3 கருத்தும் மற்ற சமயங்களிலும் சமுகத் திலும் பரவிய விதம் குறித்தும், அது ஏற்படுத்திய தாக்கம் குறித்தும் விரிவான ஆய்வுகள் தமிழில் இல்லை. " வரலாற்றில் சமயங்கள் மறையும் ஆனால் சமய கருத்துக்கள் மறைவ தில்லை, அது மக்களால் உள்வாங்கப்பட்டுக் கொண்டே இருக்கும் காலத்திற்கு தகுந்தாற்போல். அந்த வகையில் மக்களால் மறக்கப்பட்ட அல்லது வரலாற்றில் இருந்து மறைக்கப்பட்ட பௌத்த கருத்துக்கள் எவ்வகையில் மறையாமல் மக்களால் உள்வாங்கப்பட்டு, உயிர்ப்புடன் அந்த சமய கருத்துக்களை வைத்திருக்கின்றனர் என்பது குறித்த பதிவுகள் எதுவும் நம்மிடம் இல்லை.

அனைத்து இந்து கோவில்களும் இருந்த பௌத்த சமண மடப்பள்ளிகளை அழித்து உருவாக்கப்பட்டது போலவே மக்களிடம் பரவியிருந்த எண்வழிமார்கம் மற்றும் பௌத்த கருத்துக்கள் எப்படி திரிபு அடைந்தன என்ற நோக்கிலும் இங்கு ஆய்வுகள் எதுவும் கிடையாது.

பௌத்தம் மற்றும் பௌத்த கருத்துக்களான எண்வழி மார்க்கம், நான்கு உன்னத வாய்மைகள், பஞ்சசீலம் ஆகிய கருத்துக்கள் தமிழகத்தில் இருந்து இலங்கைக்கும், இலங்கையில் இருந்து கிழக்காசிய மற்றும் தெற்காசிய நாடுகளுக்கும் ஆங்கில மொழி வழியாக பரவியது என்பதே வரலாறு. மீண்டும் புத்தச் சமயக் கருத்துகள் கிழக்காசிய நாடுகளில் இருந்து மேற்குலக நாடுகளுக்கு ஆங்கிலத்தில் மொழியாக்கம் செய்யப்பட்டது. மீண்டும் புத்தச் சமயக் கருத்துகள் இலங்கையில் இருந்து ஆங்கில வழியாகவே கர்னல் ஆல்காட் மற்றும் பண்டிதர் அயோத்திதாசர் வழியாக தமிழகத்திற்கு வந்தது வரலாறு.

புத்தச் சமயக் கருத்தியல் நூல்கள் பாலியில் இருந்து சமஸ்கிருதம் மற்றும் சமஸ்கிருதத்திலிருந்து ஆங்கிலம், ஆங்கிலத்திலிருந்து கிழக்காசிய மற்றும் தெற்காசிய மொழிகள்,

அவற்றிலிருந்து ஆங்கிலம், பின் மீண்டும் ஆங்கிலத்திலிருந்து தமிழ் என்று பல்வேறு மொழிகளில் மீண்டும் மீண்டும் தனது பயணத்தை தொடர்ந்து கொண்டிருக்கின்றது என்பதே மொழியியல் நோக்கில் இங்கு பதியப்படவேண்டிய செய்தி. அதைப்போலவே ஆங்கில மொழியில் இருந்து உலகம் முழுவதும் பரவிய பௌத்த கருத்துக்கள் குறிப்பாக எண்வழி மார்கம் மேற்கத்திய நாடுகளில் உருவாக்கிய தாக்கம், அந்த கருத்து கொண்டாடப்படும் விதம் அல்லது வகை மற்றொரு வகையில் சொல்வது என்றால் எண்வழி மார்கம் மேற்கத்திய மக்களின் வாழ்வில் நுழைந்து நிலைத்து நின்ற விதத்தையும், அங்கு இந்த கருத்து உருவாக்கிய தாக்கத்தையும் இங்கு விரிவாக ஆய்வு செய்ய வேண்டிய தேவையுள்ளது.

உதாரணமாக எண்வழி மார்க்கத்தில் உள்ள 8 கருத்துக்களுமே வெவ்வேறு பெயர்களில் மேற்குலக நாடுகளில் வணிகமய மாக்கப்பட்டு கொண்டாடப்பட்டு வருகின்றது. நற்பேச்சு என்ற கருத்தாக்கமே மேலை நாடுகளில் தகவல் தொடர்பாக விரிவடைந்து அது வாய்மொழி தகவல் தொடர்பு, மொழியல்லாத தகவல் தொடர்பு என்ற இருவகைகளில் பிரிக்கப்பட்டு பல்வேறு கிடைகளாக , பிரிவுகளாக பிரிந்து, விரிந்து இருக்கின்றது. இவை அனைத்துக்கும் ஆதாரமாக இருப்பது தமிழ்பாட்டியின் நற்பேச்சு கருத்துக்களை உள்ளடக்கிய ஆத்திசூடி வரிகளே என்பதையும் நாம் உணர்ந்து கொள்ள வேண்டும்.

மேலும் நல்மனம் என்ற கருத்தாக்கமே இன்றைய மேற்குலக நாடுகளில் ஆளுமை தத்துவம் என்ற பெயரில் வழக்கில் வந்து கொண்டிருக்கின்றது. நல்லுணர்வு என்ற புத்த மத கோட்பாடு சூழ்நிலை அறிதல் வகையில் பொருந்தி இன்று சிக்கலை சமாளிக்கும் மேலாண்மை தத்துவமாக விரிவடைந்து வந்திருக்கின்றது.

அதைப்போலவே பௌத்த கருத்துக்கள் யாவுமே நம்மிடம் இருந்து மேலைநாடுகளுக்கு சென்று மீண்டும் நம்மிடமே திரும்பி வந்தவை என்பதை ஒப்புக்கொள்ளும் அனைவருமே, பௌத்த கருத்தாக்கமும் இலக்கியமும் தியான முறைகளும் மேற்குலக நாடுகளில் உருவாக்கிய தாக்கம் குறித்தும் மாற்றம் விரிவான

ஆய்வு தேவைப்படுகின்றது தமிழ் பௌத்த சூழ்நிலையில்.

புத்தர் தமது போதனைகளை உத்திரபிரதேசத்திலுள்ள சாரநாத்தில் தனது 5 சீடர்களுக்கு முதன் முதலில் போதித்தார். அவ்வாறு அவருடைய முதல் போதனையுரையில் மிக முக்கியமானது எண்வழி மார்க்கம். பௌத்தர்களுக்கு எண்வழி மார்க்கம் என்பது மிக முக்கியமானது. இந்த புத்தகத்தில் முன்பே குறிப்பிட்டிருந்ததைப் போல பௌத்தம் ஒரு தனிநபரிடம் இரண்டு வகையான மாற்றத்தை ஏற்படுத்தும், ஒன்று தன்னை மாற்றும் அடுத்தது சமூகத்தை மாற்றும் இந்த இரண்டையும் செய்யக்கூடியது எண்வழி மார்க்கம். அதனால் பௌத்தர்களுக்கு எண்வழி மார்க்கம் என்பது மிக முக்கியமானது.

தகவல் தொடர்பு என்பது கருத்தியலை மக்கள் மனதில் பதியச் செய்வது, பொதுவாக பௌத்தத்தில், தகவல் தொடர்புக்கு, இரண்டு வகையான முறைகள் பயன்படுத்தப்படுகின்றது. அவை,

1. காட்சிபடிமங்களாக, (சிற்பங்கள், ஓவியங்கள், மடங்கள்)
2. கருத்துக்கள் வழியாக
3. இடங்கள் வாயிலாக

இடங்கள் வழியான தகவல் தொடர்புக்காக, பௌத்தம் புத்தரின் வாழ்வோடு தொடர்புடைய நான்கு இடங்களைத் தனக்கான தகவல்தொடர்பு மையங்களாக பயன்படுத்தி வருகின்றது.

- லும்பினி – புத்தர் பிறந்த இடம் – நேபாள்
- புத்தகயா – புத்தர் ஞானம் பெற்ற இடம் – பீகார்
- சாரனாத் – புத்தர் தனது முதல் பேருரையை போதித்த இடம் – உத்திர பிரதேசம்
- குஸியானக் – புத்தர் பரி நிப்பானம் அடைந்த இடம் – மத்திய பிரதேசம்.
- நாக்பூர் – போதிசத்வா. அம்பேத்கர், 5 இலட்சத்துக்கும் மேற்பட்ட மக்களோடு பௌத்தம் தழுவிய இடம். – மத்திய பிரதேசம் ஆகிய இந்த இடங்களை பௌத்தர்கள் பௌத்தத்துக்கான தகவல் தொடர்பு தளங்களாக பாவிக்கின்றனர்.

இவற்றில் காட்சி படிம (கண்ணால் காணும் வகையிலான கருத்துப் பரவலுக்காக) தகவல் தொடர்புக்காக,

- தம்மச் சக்கரம்
- புத்தரின் ஓவியங்கள், சிலைகள்
- பௌத்த குறியீடுகள், தாமரை, வெள்ளையானை, நதி, புத்தரின் பாதங்கள் உள்ளன.

கருத்துகள் வழியான தகவல் தொடர்புக்கு பௌத்தர்கள் பயன்படுத்துவது,

- வழிமுறைகள் என்னும் கருத்தாக்கம்,

வழிமுறைகள் என்னும் கருத்தாக்கம், பௌத்தர்கள் பின்பற்ற வேண்டிய வழிமுறைகளை குறிக்கின்றது, அவற்றில் மிக முக்கியமானதாக கருதுவது. எண்வழி மார்க்கத்தைதான், எண்வழி மார்க்கம் என்பதே பௌத்தர்களின் கருத்தியல் வழியான தகவல் தொடர்பு முறையாகும்.

புத்தர் கண்டறிந்த நான்கு உன்னத வாய்மைகளில் மிக முக்கியமானது 3 வது உண்மையான, துன்பம் தீர்வதற்கு வழி இருக்கின்றது என்பதே, என்வழி மார்க்கமாகும். அந்த வகையில் கருத்துரை தளத்தில் எண்வழி மார்க்கம் என்பது தவிர்க்க இயலாத முக்கியத்துவம் பெருவதால், பௌத்தர்கள் எண்வழி மார்க்கத்தை பௌத்தத்தின் தகவல் தொடர்பு கருவியாக பயன்படுத்தினர், பயன்படுத்துகின்றனர். பயன்படுத்துவர்.

பௌத்தமும் பௌத்த கருத்துகளும், தமிழிலக்கியத்தில் மிகபெரும் தாக்கத்தை உருவாக்கியுள்ளது. அந்த பௌத்தம் தமிழகத்திலிருந்து இலங்கைக்கும், இலங்கையில் இருந்து கிழக்காசியநாடுகளுக்கும், பின்னர் பதினாறாம் நூற்றாண்டில், பௌத்த இலக்கியங்கள் ஆங்கிலத்தில் மொழிபெயர்கக்ப்பட்டு மேற்குலக நாடுகளுக்கும் சென்றது. என்பதுதான் வரலாறு.

தமிழகத்தில் 14 ஆம் நூற்றாண்டு வரை பௌத்தம் உயிர்ப்புடன் இருந்திருக்கின்றது. பதினான்காம் நூற்றாண்டில் பௌத்த பிக்குனி அவ்வையார், பௌத்த நூல்களைத் தமிழாக்கம் செய்து தமிழுலக்குக்கு அளிக்கின்றார். அவ்வாறு அவர், பௌத்த கருத்துக்களைத் தமிழாக்கம் செய்து படைக்கப்பட்ட

படைப்புகள்தான், ஆத்திசூடி, கொன்றை வேந்தன், மூதுரை, நூல்கள்.

அவ்வாறு அவர் தமிழுக்கு கொண்டு வந்த பௌத்த கருத்துக்களை அவரின் நூலுக்கு உரையெழுதிய உரையாசிரியர்கள் பலரும் அதை சைவ சமய நோக்கிலும், பொது நோக்கிலும் உரையெழுதி, சிறுவர்களுக்கான நூல்கள் என்னும் வகைப்பாட்டில் வைத்திருந்தனர். அவர்களில் இருந்து மாறுபட்டு அயோத்திதாசர் மட்டுமே, அவ்வையாரின் நூலுக்கு பௌத்த நோக்கில் உரையெழுதினார்.

பௌத்தத்தில் உள்ள, நான்கு உன்னத வாய்மைகளில் மிக முக்கியமானது எண்வழி மார்கமாகும். அந்த எண் வழி மார்கமானது

- நற்காட்சி
- நற்சிந்தை
- நல்மனம்
- நற்செய்கை
- நல்வாழ்க்கை
- நல்லூக்கம்
- நற்கருத்து
- நல்லமைதி

ஆத்திசூடியில் பௌத்ததில் உள்ள எண்வழி மார்க்கத்தை தமிழுக்கு அளிக்கின்றார்.

எண்வழி மார்க்கத்தல் உள்ள எட்டு வழிமுறைகளும், ஒன்றையொன்று சார்ந்து உள்ளவையாகும். ஒன்றுக்கொன்று ஆதாரமாக உள்ளனவாகும். ஒருவர், நன்னெறி, நல்லொழுக்கம், நற்கருணையின் படி வாழ்வாராயின் அவர் துன்பம், மன உளைச்சல், இல்லாத சலனமற்ற வாழ்வு வாழ இயலும்.

இத்தகைய சிறப்பு வாய்ந்த எண்வழி மார்க்கத்தைத்தான் ஆத்திசூடியில் அவ்வை தமிழ் சூழலுக்குத் தகுந்தாற் போல் வலியுறுத்தியுள்ளார்.

ஆத்திசூடி தமிழ் வளர்ச்சி நோக்கோடு எழுதப்பட்டி ருந்தாலும், அதன் உண்மையான நோக்கம், புத்தரின் எண்வழி மார்க்த்தை எளிய தமிழில் பாமரர்களுக்கும் புரியும் வகையில் கொண்டு செல்லும் நோக்கோடு எழுதப்பட்டதுதான்.

வரலாற்றில் அவ்வை தொடங்கி வைத்த ஆத்திசூடி மரபு எண்வழி மார்கத்தை போதிக்கின்றது. பாரதியார் எழுதிய ஆத்திசூடி இந்திய விடுதலையை பின்புலமாகக் கொண்டு எழுதப்பட்டது. அவரது சீடர் பாவேந்தர். பாரதிதாசன் எழுதிய ஆத்திசூடி சமுக சீர்திருத்தக் கருத்துக்களை வலியுறுத்தி எழுதப்பட்டது.

இத்தகைய பின்புலங்கள் யாவும். ஆத்திசூடி எழுதிய காலங்கள் மற்றும் அப்பொழுது நிகழ்ந்த தமிழக சூழலையும் எளிதில் உணர்ந்து கொள்ளவே இங்கு எடுத்தாளப்படுகின்றது. மேலும் எண்வழி மார்கத்தின் 3 பிரிவுகளான

1. நல்வழி

2. நல்லொழுக்கம்

3. நற்கருணை ஆகிய 3 கருத்துக்களும் மற்ற சமயங்களிலும், மொழி பேசும் சமூகத்திலும், பரவிய விதம் குறித்தும், அது ஏற்படுத்திய தாக்கம் குறித்தும் விரிவான ஆய்வுகள் தமிழில் இல்லை.

“வரலாற்றில் சமயங்கள் மறையும், ஆனால் சமய கருத்துக்கள் மறைவதில்லை, அது மக்களால் உள்வாங்கப்பட்டுக் கொண்டே இருக்கும். காலத்திற்கு தகுந்தாற்போல, பௌத்த கருத்துக்கள் ஏவ்வகையில் மறையாமல் பிற சமயங்களால் உள்வாங்கப்பட்டு, உயிர்ப்புடன் அதனுடைய கருத்துக்களை வைத்திருக்கின்றனர் என்பது குறித்த பதிவுகள் எதுவும் நம்மிடம் இல்லை.

வரலாற்றில் பௌத்த மதம் மற்றும் அதனுடைய கருத்தா டல்கள், கதைகள் ஆகியவற்றை திருமாலிய மதம் உள்வாங்கிக் கொண்டது. அதனுடைய 8 எழுத்து மந்திரம் என்பது கூட எண்வழி மார்கத்தின் அடையாள எச்சம் என்பதையும், திருமால் படுத்துறங்குவதாகவும், படியளப்பதாகவும் புனையப்பட்டுள்ள சிற்பங்கள், ஓவியங்கள் யாவுமே புத்தரின் பரி நிப்பான காட்சிகள் என்பதையும் இங்கே நாம் நினைத்துப் பார்க்க வேண்டும்.

அதே போல சமண மதக் கருத்துக்களை சிவனிய மதம் உள்வாங்கிக் கொண்டு அதனுடைய நெறியாக சைவ நெறியை வைத்துக் கொண்டது. சிவனின் சிலைகள், ஓவியங்கள் , சிற்பங்கள் யாவுமே, மகாவீரரின் தியான நிலை காட்சிகளே என்பதையும் நினைத்துப் பார்க்க வேண்டும்.

இங்கே கோலோச்சிக் கொண்டிருந்த பௌத்த சமண மடங்களை இந்து மதம் அழித்து தனக்கானதாய் உள் வாங்கிக் கொண்டதைப் போலவே, மக்களிடம் பரவியிருந்த எண்வழி மார்க்கம் மற்றும் பௌத்த கருத்துக்கள் எவ்வகையில் திரித்துக் கூறப்பட்டன என்ற நோக்கிலும் இங்கு ஆய்வுகள் எதுவும் இல்லை.

பௌத்தம் மற்றும் பௌத்த கருத்துக்கள் தமிழகத்தில் இருந்து இலங்கைக்கும், இலங்கையில் இருந்து கிழக்காசிய நாடுகளுக்கும் பரவியது. அதன் பின் கிழக்காசிய நாடுகளில் இருந்து பௌத்தம் ஆங்கில நாடுகளுக்கும் பரவியது. பின்னர் மேற்குலக நாடுகளில் இருந்து ஆங்கிலத்தில் மொழியாக்கம் செய்யப்பட்ட பௌத்த கருத்துக்கள், ஆங்கிலத்தின் வழியாகவே, கர்னல்.ஆல்காட், மற்றும் பண்டிதர் அயோத்திதாசர் வழியாக தமிழகத்திற்கு வந்தது என்பதுதான் பௌத்தம் இருபதாம் நூற்றாண்டில் தமிழகத்திற்கு வந்த வரலாறு.

ஆங்கில மொழியில் உலகம் முழுவதும் பரவிய பௌத்த கருத்துக்கள் குறிப்பாக எண்வழி மார்கம் மேற்கத்திய நாடுகளில் உருவாக்கிய தாக்கம், அந்த கருத்து கொண்டாடப்பட்ட விதம், அல்லது மற்றொரு வகையில் சொல்வது என்றால் எண்வழி மார்க்கம் மேற்கத்திய மக்களின் வாழ்வில் நுழைந்து நிலைத்து நின்ற விதத்தையும், அங்கு இந்த கருத்து உருவாக்கிய தாக்கத்தையும், இங்கு விரிவாக ஆய்வு செய்ய வேண்டிய தேவையுள்ளது.

உதாரணமாக எண்வழி மார்கத்தில் உள்ள 8 வழிமுறைகளும், வெவ்வேறு பெயர்களில் மேற்குலக நாடுகளில் வணிகமய மாக்கப்பட்டு கொண்டாடப்பட்டு வருகின்றது. நற்பேச்சு என்ற கருத்தாக்கமே மேலை நாடுகளில் தகவல் தொடர்பாக விரிவடைந்து, அது வாய்மொழி தகவல் தொடர்பு, மொழியல்லாத தகவல் தொடர்பு என்னும் இருவகைகளாக

பிரிக்கப்பட்டு பல்வேறு கிளைகளாக, பிரிவுகளாக பிரிந்து, விரிந்து இருக்கின்றது. இவை அனைத்துக்கும் ஆதாரமாக இருப்பது தமிழ் பாட்டியின் நற்பேச்சு கருத்துக்களை உள்ளடக்கிய ஆத்திசூடி வரிகளே என்பதை நாம் உணர்ந்து கொள்ள வேண்டும்.

மேலும் நல்மனம் (Possitive Thinking) என்ற கருத்தாக்கமே இன்றைய மேற்குல நாடுகளில் ஆளுமை தத்துவம் என்ற பெயரில் வழக்கில் வந்து கொண்டிருக்கின்றது.

நல்லுணர்வு என்ற புத்த மத கோட்பாடு சூழ்நிலை அறிதல் வகையில் பொருந்தி இன்று உறவு சிக்கலை சமாளிக்கும் மேலாண்மை உணர்வு மேலாண்மை தத்துவமாக விரிவடைந்து வந்திருக்கின்றது. (Emotional Management)

பௌத்த கருத்துக்கள் யாவுமே நம்மிடம் இருந்து மேலை நாடுகளுக்கு சென்று மீண்டும் நம்மிடமே திரும்பி வந்தவை என்பதை ஒப்புக்கொள்ளும் அனைவரும், பௌத்த கருத் தாக்கமும் இலக்கியமும் தியான முறைகளும் மேற்குலக நாடுகளில் உருவாக்கிய தாக்கம் குறித்தும், மாற்றம் குறித்தும் தகவல்களோ, ஆய்வுகளோ நம்மிடம் இல்லை என்பதை ஒப்புக் கொள்ள வேண்டும். இது குறித்தும் விரிவான ஆய்வு தேவைப்படுகின்றது இன்றை தமிழ் பௌத்த சூழ்நிலையில்.

உலகின் நாகரிகத்துக்கும் வளர்ச்சிக்கும் அடையாளமாக கொண்டாடப்படும், அமெரிக்காவில் நான்கில் ஒரு நபர் புத்தரை வணங்குபவராகவும், வழிபடுபவராகவும், தியானிப்பவராகவும் உள்ளார் என புள்ளி விவரங்கள் சொல்கின்றது, அவ்வாறெனில், பௌத்தம் அமெரிக்கா போன்ற மேலை நாடுகளில் பரவியதற்கும், விரவியதற்கும், கீழ் திசை நாடுகளில் இருந்து சென்ற பௌத்த கருத்தாங்களே காரணம் என்பதையும். நாம் நினைத்துப் பார்க்க வேண்டும். அந்த வகையில் இன்று நம்மிடம் வாழ்விற்கான மென் திறன் குறித்து பேசும் அனைத்துக் கருத்துக்களுமே எண் வழி மார்கத்தை ஆதாரமாக கொண்டு கட்டியெழுப்ப பட்டவைகளே, அத்தகைய கருத்துக்களுக்கு மூலாதாரம் எண் வழி மார்க்கமே என்பதை சொல்லுவதே இந்த புத்தகத்தின் நோக்கம், இது குறித்து இன்னும் விரிவான ஆய்வு தேவைப்படும் சூழலில், இந்த புத்தகம் ஒரு துவக்கப்புள்ளியாக அமையட்டும்.

உதவிய நூல்கள்:

1. புத்தரும் அவர் தம்மமும்
2. ஒரு பூர்வ பௌத்தனின் சாட்சியம்
3. The eight path fold of buddism
4. அயோத்திதாசர் சிந்தனைகள் தொகுதி இரண்டு
5. நீதி நெறி நூல் விளக்கம் – நா.மு.வேங்கட்டசாமி நாட்டார்
6. The Buddha’s Noble Eightfold Path.

5. எண்வழியும் அவ்வை மொழியும்

நல்லுணர்வு

நல்லுணர்வு என்பது நான்கு உண்ணத வாய்மைகளை உணர்தலாகும். அவற்றை அறிவது மட்டுமல்ல, படிப்பது மட்டுமல்ல, பின்பற்றுவது மட்டுமே போதுமானதல்ல, மாறாக அவறின் உண்மையை உணர்ந்து இருத்தல் வேண்டும். நல்லுணர்வைப் பெற மனம் மாசற்றதாக இருக்க வேண்டும். இதனையே வள்ளுவரும் "மனத்துக்கண் மாசிலன் ஆதல் அனைத்தறன் ஆகுல நீரபிற" – என்பார்.

தெளிந்த மனம் குழம்புவதில்லை, தெளிந்த மனதில் சந்தேகங்கள் தோன்றுவதில்லை, தெளிந்த மனதில் அவ நம்பிக்கைகள் குடியிருப்பதில்லை, அதற்கு மனம் உண்மையை பேச வேண்டும், உண்மையை விரும்ப வேண்டும். உண்மையாக இருத்தல் வேண்டும். இதனையே வள்ளுவப் பெருந்தகையும், "உள்ளத்தால் பொய்யாது ஒழுகின் உலகத்தார் உள்ளத்துள் எல்லாம் உளன்" என்பார், அவ்வாறு உள்ளத்தால் பொய்யாது ஒழுகுதலே நல்லுணர்வு ஆகும்.

இன்னும் விளக்கமாக சொல்வது என்றால், மண்ணில் பிறந்த அனைத்தும் ஒரு நாள் இறந்தே தீரும், என்பதும், உருவாக்கிய அனைத்தும் ஒரு நாள் அழிந்தே தீரும், என்பதும், எல்லாவற்றிற்க்கும் வளர் சிதை மாற்றம் என்பது உண்டு என்பதே ஒப்புக் கொள்வதும் உணர்ந்து இருத்தலுமே நல்லுணர்வு ஆகும். இதனை மார்க்சும் " மாற்றம் ஒன்றே நிலையானது என்பார். " புத்தரும் எல்லோருக்கும் முன்பாக மாற்றம் நிலையானது அதனை ஏற்றுக் கொள்ள வேண்டும் என்று எண்வழி மார்கத்தில் கூறி

சென்றுள்ளார். அவ்வாறு மாற்றத்தை ஏற்றுக் கொள்ளும் மனமே உண்மையை உண்மை என்று உணரும்'' ஏற்றுக் கொள்ளாத மனம் பற்று அல்லது ஆசை என்னும் துன்பச் சகதியில் உழலும்.

நல்லுணர்வு என்னும் கருத்தை ஒரு சிறிய சென் கதையிலிருந்து புரிந்து கொள்ளலாம்.

ஒரு நாள் அடர்ந்த காட்டிற்கு வேட்டைக்குச் சென்ற மன்னர், ஓய்வெடுக்க கருதி அந்த அடர்ந்த காட்டில் யாருடைய தொல்லையும் இல்லாமல் அமைதியான சூழ்நிலையிலிருந்த ஒரு சென் மடத்திற்குச் சென்றார். அந்த மடத்தின் அமைதியும், துறவிகளின் உபசரிப்பும் அவரை மெய் மறக்கச் செய்தது. ஒரு புத்துணர்வு பெற்று கிளம்பினார். அரசர் சென்ற சில தினங்கள் கழித்து, அரசரின் காவலர்கள், மடத்திற்கு ஒரு ஓலையும், பரிசும் கொண்டு வந்து கொடுத்தனர்.

ஓலையில் மடத்திற்கு கொஞ்சம் நிலங்களையும், மான்யத்தையும் அறிவித்திருந்ததுடன், அந்நாட்டிலுள்ள அனைவரும் அந்த மடத்திற்குச் சென்று வந்தால் நாட்டில் அமைதி நிலவும் என்று எழுதி இருந்ததுடன், மடத்திற்காக அழகிய பரிசு ஒன்றையும் அனுப்பி இருந்தார்.

அரசர் பரிசு அனுப்பிய செய்தியறிந்து, மக்கள் அவற்றைப் பார்ப்பதற்காக மடத்திற்கு வந்து போனார்கள். மடத்திற்கு மக்கள் கூட்டம் அரசரின் நினைவுப் பரிசை பார்ப்பதற்கு வந்து போனது, எனவே, கூட்டத்தைக் குறைப்பதற்காக அரசருடைய நினைவுப் பரிசை பார்க்க வருகின்றவர்களுக்கு நுழைவுக் கட்டணம், வசூலிக்க வேண்டும் என்று தலைமை குரு சொன்னதும், அவ்வாறே நுழைவுக் கட்டணம் வசூலித்தனர். ஆனாலும் கூட்டம் நாளுக்கு நாள் அதிகமானது. மடத்திற்கு வருமானமும் அதிகமாக வந்து கொண்டே இருந்தது.

ஒரு நாள் மடத்திலிருந்த சீடன் ஒருவன் அந்த நினைவுச் சின்னத்தை துடைத்து வைக்கும் போது, கை தவறி கீழே விழுந்து உடைந்து விட்டது. உள்ளே இருந்த தலைமைத் துறவி கேட்டார். "என்ன சத்தம் என்று" மாணவனுக்கு என்ன செய்வதென்றே தெரியவில்லை, கை கால் நடுக்கத்துடன், பயத்தில் உளறலோடு "அரசரது நினைவுச் சின்னம் உடைந்து விட்டது" என்று சொன்னான். "உடைந்த இடத்தை சுத்தம் செய்து விட்டு உனது

அடுத்த வேலையை பார்" என்றார். இதுதான் நல்லுணர்வு என்பது.

மடத்தை பார்வையிட வந்த மக்கள் கூட்டம், துறவியின் கருத்தையோ, அவர்களுடைய கொள்கைகளை ஏற்றுக் கொள்ள வந்த கூட்டம் அல்ல. கட்டணம் வசூலித்த போதும், மடத்திற்க்கு வருமானம் வந்தாலும், அது நிரந்தரமானதல்ல என்பதும், திடிரென்று வந்த புகழும், வளர்ச்சியும், திடிரென்று மறையும் என்பதை துறவி உணர்ந்தே இருந்தார். இதுதான் நல்லுணர்வு.

தன்னை உணர்தலும், தனது கடமையைச் சரியாக செய்தலும், தன்னைச் சுற்றி நடப்பவைகளை உணர்தலுமே நல்லுணர்வு.

நல்லுணர்வ வலியுறுத்தி சில திரைப்படப் பாடல்களும் வந்துள்ளன.ந

"நினைக்கத் தெரிந்த மனமே உனக்கு மறக்கத் தெரியாதா?"

"உறவு என்றொரு சொல் இருந்தால் பிரிவு என்றொரு பொருள் இருக்கும் "

"இரவும் வரும் பகலும் வரும் உலகம் ஒன்றுதான் "

"ஆணென்ன பெண்ணென்ன எல்லாம் ஓரினம்தான்" என்ற பாடல்களில் வருகின்ற எல்லாமே நல்லுணர்வு என்னும் கருத்தை வலியுறுத்தி வந்தவைதான்.

"யாரோடு இருக்கும் போது நாம் மகிழ்ந்திருக்கின்றோமோ, அவராலே நாம் துன்பத்திற்கு உள்ளாவோம்.

"யாரை நாம் உயிராக கருதுகின்றோமோ? அவராலே நமக்கு உயிர் போகும் அளவுக்கு துன்பம் வரும், என்பதை புரிந்து கொண்டு பழகுவதே நல்லுணர்வு.

இன்று நண்பராக இருப்பவர் நாளை எதிரியாகவும் மாறலாம் என்று புரிந்து கொண்டு பழகுதலே நல்லுணர்வு.

புத்தரின் நான்கு உண்ணத வாய்மைகளில் நான்காவது உண்ணத வாய்மையான துக்கத்தை அல்லது துன்பத்தை போக்குவதற்கு வழியிருக்கின்றது அது தான் எண்வழிப் பாதை, அதை தமிழுக்கு தந்தவர் ஔவையார்.

ஔவையாரின் ஆத்திச் சூடி எண்வழி மார்க்தைத்தான் தமிழ் மக்களுக்கு போதிக்கின்றது. அது நல்லுணர்வு என்னும் கருத்தை

கீழ்கண்ட பாடல்கள் மூலமாக வலியுறுத்துகின்றது.

1. **ஏற்பது இகழ்ச்சி** – ஒருவர் சொல்லும் வார்த்தையை விசாரணையின்றி ஏற்பது இகழ்சியைத் தரும்

2. **ஒப்புரவு ஒழுகு** – மனதில் அமைதி கொண்டு முக மலர்ச்சியோடு வாழ்தல் வேண்டும்.

3. **தந்தை தாய் பேண்** – உன்னுடையத் தந்தையையும், தாயையும் அவர்களுடைய முதுமைக் காலம் வரை அன்புடன் காப்பாற்று.

4. **காப்பது விரதம்** – பிற உயிர்களுக்கு துன்பம் செய்யாமல் அவற்றை காப்பாற்றுவதே தவம் ஆகும்.

5. **சான்றோரினத்திரு** – அறிவொழுக்கங்களில் சிறந்த பெரியோர்களுடன் சேர்ந்திரு

6. **தக்கோனெனத்திரு** – எடுத்த செயலை வெற்றிகரமாக முடிக்க வல்லவர்களுடன் சேர்ந்திரு.

7. **நன்மெய் கடை பிடி** – நல்லவன் என்று சொல்லத் தகுந்த செயல்களை விடாமல் தொடர்ந்து செய்

8. **நேர்பட ஒழுகு** – அனைவருக்கும் நேர்மையானவனாய் நடந்து கொள்.

9. **பெரியாரைத் துணைக்கொள்** – கல்வி, தொழில், ஈகை, அறிவு மிகுதியாக உள்ள மேன்மக்களைச் சார்ந்து வாழ்.

10. **மாற்றானுக்கு இடம் கொடேல்** – வஞ்சகர்கள் நம்மை அணுக வாய்ப்புகள் தராதே.

11. **மேன்மக்கள் சொற்கேள்** – நல்லொழுக்கம் உடைய பெரியோர்கள் சொல்லைக் கேட்டு நட.

12. **உத்தமனாய் இரு** – அனைவரும் நல்லவனென்று சொல்லும் படி வாழ்.

இத்தகைய உண்மைகளை புரிந்து கொண்டு வாழும் போதுதான் புத்தரின் போதனையான "உனக்கு நீயே ஒளி" என்ற உண்மை நமக்குப் புரியும். நம்மாலும் நல்லுணர்வு பெற்று அவ்வை சொல்லியது போல் வாழ இயலும்.

புத்தர் போதித்த நல்லுணர்வு இன்றைய நிலையில் அறிவியல் வழி நின்று விளக்குவதென்றால் அஃது மேலை நாட்டவர்களால் உணர்வு மேலாண்மை (EMOTIONAL MANAGEMENT) என்று அழைக்கப்படுகின்றது. உணர்வு மேலாண்மை என்பது நமக்கு தோன்றும் உணர்வுகள், மற்றும் உணர்ச்சிகளை கட்டுபடுத்திக் கொண்டு நம்முடைய இலக்கை அடைவது.

இஃது வணிகமேலாண்மைக்கும், மனித மேலாண்மைக்கும், சங்கிலி தொடர் வணிகத்திற்கும் அவசியமான ஒன்றாகின்றது. இப்பொழுதெல்லாம் நேர்காணலில் நிறுவனத்தினர் வைக்கும் குழு விவாதங்களில் உணர்வுகளை எப்படி சமாளிக்கின்றனர் என்பதையும் கவனத்தில் எடுத்துக் கொள்கின்றனர். எனவே நம்முடைய உணர்வுகளை நாம் அறிந்து கொண்டும், புரிந்து கொண்டும் அதனுடைய தாக்கத்திற்கு உட்படாமல் தெளிந்து கொண்டும் வாழ்வதே நல்லுணர்வு ஆகும்.

நல்நினைவு

நல் நினைவுகளை வளப்படுத்துதலும், தீய நினைவு களை நீக்குவதும் நல் நினைவு, நல்லெண்ணங்கள் வளப்பட வேண்டும், வலுப்பட வேண்டும் என்பதே சரியான சிந்தனையாகும்.
நல்லெண்ணங்கள் என்பது

- மனித நேயம்
- அன்பு
- கருணை
- அனைத்து உயிர்களையும் நேசித்தல்
- தன்னலமின்மை

ஆகிய இந்நல்நினைவுகளை வளர்க்கும் போது,

- பேராசை
- தன்னலம்
- வெறுப்பு
- சினம்
- தீய விருப்பு
- கொடுமை
- பழி தீர்த்தல் போன்ற தீய எண்ணங்களிலிருந்து விடுபடலாம்.

ஆத்திசூடியிலும் அவ்வை நல்நினைவு குறித்து கீழ்கண்ட பால்கள் வழியாக விளக்குகின்றார்.

13. **எண் எழுத்து இகழேல்** – மொழியின் முதலெழுத்தையும், எண்களையும் இகழாமல் கற்க முனைய வேண்டும்.

14. **ஓதுவது ஒழியேல்** – அறிவைப் பெருக்கும் கலை

இலக்கிய நூல்களை எப்பொழுதும் வாசித்துக் கொண்டே இருக்க வேண்டும்.

15. **அழகு அலாதன செய்யேல்** – ஒரு செயலை செய்யும் போது நேர்த்தியாகவும், செம்மையாகவும் செய்ய வேண்டும். அவ்வாறு செய்ய இயலவில்லையெனில் அந்த செயலைச் செய்யாதே.

16. **கூடிப் பிரியேல்** – நல்லவரோடு நட்பு செய்து பின் அவரைப் பிரியாதே.

17. **சூது விரும்பேல்** – ஒருவரை கெடுத்து வாழும் செயலை செய்ய விரும்பாதே.

18. **தூக்கி வினை செய்** – செய்யும் ஒவ்வொரு செயலையும் நன்மை தீமைகளை ஆராய்ந்து சீர் தூக்கி செய்ய வேண்டும்.

19. **தோற்பன தொடரேல்** – உன்னிடம் தோற்றவர்களின் வார்த்தைகளை நம்பி செயல்படாதே.

20. **நை வினை நணுகேல்** – சொல்லாலும், செயலாலும் உடலாலும் உன்னை காயப்படுத்துவோருடன் சேர்ந்திருக்காதே.

21. **மைவிழியாள் மனையகல்** – கண்ணில் மையிட்டு மயக்கும் குணமுடையோர் வீட்டருகே நிற்காதே.

22. **ஊருடன் கூடி வாழ்** – ஊராருடன் நன்மை தீமைகளில் கலந்து வாழ்

நல்நினைவு என்பது இன்றைய அறிவியல் உலகில் (POSSITIVIE THINKING) என்று அழைக்கப்படுகின்றது. மனித வள வல்லுனர்கள் யாவரும் முதலில் பேசுவதும் முக்கியத்துவப்படுத்துவதும் ஒவ்வொரு நபரும் நல்நினைவு கொண்டு வாழ வேண்டும்.

ஏனெனில் நம்முடைய எண்ணங்கள் நமக்கான வாழ்வை அமைத்து தருகின்றன என்கின்றார்கள். அவர்கள் அனைவரும். நாம் எதை நினைக்கின்றோமோ அதை அடைவோம் எனவே நம்முடைய எண்ணங்கள் நேர்மறையான (அடுத்தவர்களுக்கு உடலாலும், மனதாலும் செய்கையாலும் துன்பத்தை தராத எண்ணம்) சிந்தனையோடு இருக்க வேண்டும் அப்பொழுதுதான் நம்முடைய மனம் நாம் விரும்பியவற்றை நமக்கு கொண்டு வந்து தரும் என்பார்கள் அவ்வாறு நாம் விரும்பியதை அடைய

நம்முடைய நினைவுகள் தூய்மையானதாக இலட்சியத்தை நோக்கியதாக இருக்க வேண்டும் அதற்கு அவ்வையார் நல்நினைவு குறித்து கூறியுள்ளவற்றை நம் வாழ்க்கை வழிகாட்டியாக கொண்டால் நம்மாலும் சாதிக்க இயலும்.

இணையத்தில் சென்றால் நற்சிந்தனை குறித்து ஆங்கிலத்தில் 26 வழிமுறைகளும், 10 யுக்திகளும், 540 மேற்கோள்களும் கிடைக்கும் அவை அத்தனையும் ஆத்திசூடியில் உள்ளது. குறிப்பாக யாருடன் சேர்ந்திருக்க வேண்டும், யாருடைய பேச்சை நம்ப வேண்டும், யாருடன் சேர்ந்து இருக்க கூடாது போன்ற எல்லாமே நல் நினைவுக்கான வழிமுறைகளாக ஆங்கிலத்தில் இன்று மேலை நாட்டவர்களால் விளக்கப்படுபவதைதான் பண்ணெடுங்காலத்திற்கு முன்பே புத்தரும், அவ்வையும் அவர்கள் கருத்தை அழகு தமிழில் தந்திருக்கின்றார்கள் தமிழ்கூறும் நல்லுலகத்துக்கு. நாம் நமது இலக்கியங்களை அறிவியல் நோக்கில் வாசிக்காமல் சமய நோக்கில் வாசித்துப் பழகியதால் நமக்கு இவையாவும் தெரியாமல் போய்விட்டது. மற்றவர்கள் ஒரு கருத்தை கூறும் போது வியந்து பார்க்கின்றோம். அதை கொண்டாடுகின்றோம். தமிழ் இலக்கியங்களை அறிவியல் வழி நின்று ஆய்வு செய்ய மறந்து விடுகின்றோம்.

நற்பேச்சு

நற்பேச்சு என்பது எப்படி பேசவேண்டும் அல்லது ஒருவருடைய பேச்சு எவ்வகையில் இருக்க வேண்டும் என்பதற்கான இலக்கணமாய் எடுத்துக்கட்டாக கொள்ளலாம். இவற்றில்

நற் பேச்சு என்பது

1. பொய் பேசுவது

2. புறன் கூறுவது

3. அடுத்தவர் மனம் புண்படும்படி பேசுவது

4. பயனில்லாமல் பேசுவது – ஆகியவற்றை தவிர்த்த செயல்களே ஆகும்.

நற் பேச்சு என்பது முழுமையான அளவில் பொருள் தரக்கூடிய இனிய சொற்களை

1. அவசியம் கருதியும்

2. உண்மை கருதியும்

3. இனிமை கருதியும்

4. பயன் கருதியும்

5. கனிவுடன் பேச வேண்டியவை ஆகும்.

நற் பேச்சு என்பது இது மட்டும் தானா. அதற்கான விளக்கம் இதுதானா என்பவர்களுக்காக எண் வழி பாதையை தமிழிற்கு தந்த தமிழ் பாட்டி ஔவை தனது ஆத்திசூடியில் சொல்லி யிருக்கும் 109 சூத்திரங்களுல் 17 சூத்திரங்கள் நற் பேச்சு என்பதை விளக்கு வதாகவே உள்ளது அவை.

23. **உடையது விளம்பேல்** – உன்னிடம் இருக்கும் பணத்தை பற்றி சொல்லாதே

24. **ஔவியம் பேசேல்** – ஒருவர் மீது பொறாமை கொண்டு பேசாதே

25. **கண்டொன்று சொல்லேல்** – பார்த்ததை விட்டு பார்க்காத ஒன்றை பற்றி பேசாதே

26. **ஞயம் பட உரை** – ஞயமாக பேசு (மற்றவர் மனம் புண்படும் படி பேசாதே)

27. **வஞ்சகம் பேசேல்** – பழி வாங்கும் நோக்கோடு பேசாதே

28. **சித்திரம் பேசேல்** – கற்பனை கலந்து பேசாதே

29. **சுளிக்க சொல்லேல்** – கேட்பவர் மனம் புண்படும்படி பேசாதே

30. **சொற் சோர்வு படேல்** – உற்சாகம் (நம்பிக்கை) இல்லாமல் பேசாதே

31. **நொய்ய உரையேல்** – பிறர் மனம் வருந்தும் வகையில் பேசாதே

32. **பழிப்பன பகரேல்** – மற்றவர்களின் மேல் பழி சுமத்தி பேசாதே

33. **பிழை பட சொல்லேல்** – பிறர் மேல் குற்றம் சொல்லாதே

34. **மிகை பட சொல்லேல்** – நடந்ததை நடந்தவாறு சொல்லாமல் மிகை படுத்தி பேசாதே

35. **மொழிவது அற மொழி** – தர்மத்தை (தம்மத்தை) பேசு

36. **வல்லமை பேசேல்** – கற்றவர் முன் உன் பலத்தைப் பற்றி பெருமை கொண்டு பேசாதே

37. **வாது முற் கூறேல்** – அறிஞர்கள் இருக்கும் சபையில் முந்திக்கொண்டு யாரையும் கூ“குற்றம் சொல்லி பேசாதே.

38. **வெட்டென பேசேல்** – பொறுப்பில்லாமல் பேசாதே

39. **ஓரம் சொல்லேல்** – ஒரு சார்பாக பேசாதே. நடு நிலையில் நின்று பேசு என்பதாகும்.

40. **கடிவது மற** – ஒருவர் மனம் புண்படும்படி எப்போதும்

பேசாதே.

2000 ஆண்டுகளுக்கு முன்பே எதை பேசுவது எப்படி பேசுவது என்று வகை படுத்தி உள்ள புத்தரின் போதனைகளைப் பின்பற்றி வாழ்வோருக்கு துன்பம் இல்லை என்பதை உணர்ந்து கொண்டு நற்பேச்சு பேசும் போது நம் துன்பம் தீர வழி உள்ளதை நடைமுறை வாழ்வில் நாமே கண்டு உணர்ந்து இருப்போம்.

நற்செயல்

நற்செயல் என்பது,

- உயிர்களை கொல்லுதல் அல்லது துன்புறுத்தல்
- பிறருடைய பொருள் மீது ஆசைப்படுதல் அல்லது திருடுதல்
- முறையற்ற காமம்
- புலன்களைத் தீய வழிகளில் செலுத்துதல், ஆகியவற்றை தவிர்த்தலே நற்செயல் ஆகும்.

நற்செயல்களை வளர்க்க:

- எல்லா உயிர்களையும் நேசித்தல்
- பிறர் பொருளின் மீது பற்று வைக்காமல் இருத்தல்
- நல்லொழுக்க நெறியில் நின்று புலன்களைக் கட்டுப் படுத்துதல்.

அவ்வையும் இதனை,

41. **இயல்வது கரவேல்** – உனக்குத் தெரிந்த வித்தையால் நீ மட்டும் பலனடையாமல் அனைவரும் பலனடையும் வகையில் செய்ய வேண்டும்.

42. **சனி நீராடு** – கனிம வளங்கள் உள்ள குளிர்ந்த ஊற்று நீரில் தேகம் முழுவதும் நனையும் படி குளிக்க வேண்டும்.

43. **இடம் பட வீடு எடேல்** – ஆடம்பரத்திற்காகவும், தேவையில்லாமலும் பெரிதாக வீட்டை கட்டாதே.

44. **இலவம் பஞ்சில் துயில்** – இலவம் பஞ்சு என்னும் ஒருவகை பஞ்சினால் செய்யப்பட்ட படுக்கையிலே உறங்கு.

45. **கொள்ளை விரும்பேல்** – விலை கொடுத்து வாங்காமல் பிறர் பொருளை எப்போதும் விரும்பாதே.

46. **சக்கர நெறி நில்** – அறவழியாம் பௌத்த நெறியின் படி வாழ்தல் வேண்டும்.

47. **சீர் மெய் மறவேல்** – உனது உடலை சுத்தமாக வைத்திருக்க மறவாதே.

48. **தானமது விரும்பு** – தருமம் செய்ய ஆசைப்படு

49. **தேசத்தோடொத்து வாழ்** – நாட்டில் உள்ள ஒழுக்கத்தோடு வாழும் மக்களுடன் சேர்ந்து வாழ்.

50. **நோய்கிடங் கொடேல்** – நமது உடலில் நோய் உருவாக காரணமாக இருப்பவற்றை செய்யாதே.

51. **பொருடனை போற்றி வாழ்** – மெய்ப்பொருள் குறித்து சிந்தித்து அதன்படி வாழ்.

52. **மீதுண் விரும்பேல்** – மிகுதியாக உண்ணுதலை விரும்பாதே.

53. **மெல்லியாடோள் சேர்** – மென்தேகமும், மென்மையான பேச்சும் உடையவளை மனைவியாக்கி வாழாதே.

54. **வைகறை துயிலெழு** – நாள்தோறும் சூரியன் உதிக்கும் முன்பே தூக்கத்திலிருந்து எழுந்திரு.

– என ஆத்திசூடியில் விளக்கியுள்ளார்.

நற்செயல் என்பது இன்றைய நிலையில் பிறருக்கு உதவுவதையும், அடுத்தவரோடு அனுசரித்து செல்வதையும் குறிக்கின்றது.

நல்வாழ்க்கை

நல் வாழ்க்கை என்பது,

எவருக்கும் துன்பமோ, தொல்லையோ,தராத தொழில்களில் ஈடுபட்டுப் பொருள் ஈட்டுதலே நல் வாழ்க்கையாகும். அதற்கு கீழ்கண்ட தொழில்கள் கைவிடப்பட வேண்டும்.

- அடிமை வணிகம்
- இறைச்சி வணிகம் (உயிர்களை வளர்த்துக் கொல்லுதல்)
- ஆயுத வணிகம்
- போதை பொருள் வணிகம்
- விஷப் பொருள் வணிகம் – ஆகிய வணிகங்களைத் தவிர்த்தல் வேண்டும்.

கீழ்கண்ட தொழில்களில் ஈடுபட்டு உழைத்தலே நல் வாழ்க்கை ஆகும்.

- உழவு
- கால்நடை வளர்ப்பு (பால் தயிர் வெண்ணெய் உற்பத்திக்காக)
- வணிகம்
- ஆலைத் தொழில்
- அரசுப் பணிகள்

ஆத்திசூடியிலும் அவ்வை நல்வாழ்க்கை குறித்து கீழ்கண்ட கருத்துக்களைப் பகிர்ந்துள்ளார்.

55. **ஆறுவது சினம்** – சினம் தனிக்கப்பட வேண்டியதாகும்.

56. **அஃஃஞ் சுருக்கேல்** – அழியக்கூடிய உடலை புலன் இன்பத்திற்கு ஆசைப்பட்டு மேலும் கெட்டுப் போகச் செய்யாதே.

57. **இயல்பு அலாதன செய்யேல்** – அனுபவமில்லாத செயலை செய்யாதே.

58. **அறவம் ஆட்டேல்** – பாம்புகளைப் பிடித்து விளையாடாதே.

59. **நாடொப்பன செய்** – உழவுத் தொழிலுக்கு ஒத்துப் போகும்படியான செயல்களைச் செய்.

60. **அனந்தல் ஆடேல்** – நீர் நிலைகளில் விளையாடாதே. குறிப்பாக அதிக வெள்ளப் பெருக்கின் போது நதியில் விளையாடாதே.

61. **குணமது கை விடேல்** – நன்மை தரக்கூடிய நல்லகுணங்களைப் பின்பற்றுவதை நிறுத்திவிடாதே.

62. **கை வினை கரவேல்** – உனக்குத் தெரிந்த கைத்தொழிலைவிரத்தியாலோ,சோதனையாலோ கைவிடாமல் தொடர்ந்து செய்து கொண்டிருக்கவும்.

63. **கோதாட்டொழி** – உன்னை குற்றத்திற்குள்ளாக்கும் விளையாட்டை விளையாடாதே.

64. **சோம்பித் திரியேல்** – எந்த ஒரு வேலையையும் செய்யாமல் திரியாதே.

65. **தெய்வமிகழேல்** – தெய்வ ஒளி கண்டோரை (துறவி களை) இகழாதே.

66. **நீர் விளையாடேல்** – பங்குனி மாதத்தில் நிகழும் ஆணும், பெண்ணும் கலந்த நீர் விளையாட்டை விளையாடாதே.

67. **நெற்பயிற் விளை** – நெற்பயிர் விளையச் செய்வதை உன் வாழ்க்கைத் தொழிலாகக் கொண்டு வாழ்

68. **பாம்போடு பழகேல்** – நஞ்சுள்ள விலங்கினங்களோடு பழகாதே.

69. **பூமி திருத்தியுண்** – விவசாயத்தை வாழ்க்கை தொழிலாகக் கொள்.

70. **பையலோடிணங்கேல்**– குறும்புத்தனமும் சேட்டைகளும் செய்பவருடன் சேராதே.

71. **முனை முகத்து நில்லேல்** – கூறிய ஆயுதங்களுக்கு முன் நிற்காதே.

72. **மோகத்தை முநி** – காமத்தை கடந்து நிற்க வேண்டும்.

73. **வேண்டி வினை செயேல்** – ஒருவர் செய்து வரும் தொழிலை போட்டியாக நீயும் செய்யாதே.

என விளக்கியுள்ளார்.

நன்முயற்சி

நன் முயற்சி 4 வகைப்பட்டதாகும். அவை

1. தீய நினைவுகள் எழுவதை தடுத்தல்

2. மரபு வழிப்பட்ட தீய நினைவுகளை ஒழித்தல்

3. நல் நினைவுகளை எழுப்புதல்

4. மரபு வழிப்பட்ட நன்னினைவுகளைச் செம்மைப்படுத்துதல்

அவ்வையாரும், நன்முயற்சி குறித்து ஆத்திசூடியில் ,

74. **ஊக்கமது கைவிடேல்** – உன்னுடைய முயற்சியை எப்போதும் கை விடாதே.

75. **இணக்கம் அறிந்து இணங்கு** – ஒருவரிடம் நட்பு கொள்ளும் முன் அவர் நல்ல குணங்களும், நல்ல செய்கைகளும் கொண்டவரா எனத் தெரிந்த பிறகு அவருடன் நட்பு கொள்ளவும்.

76. **பருவத்தே பயிர் செய்** – உழவுத் தொழிலுக்குரிய காலத்திற்கு தகுந்தாற்போல் பயிரிட வேண்டும்.

77. **இளமையில் கல்** – இளமை பருவத்தில் இருந்தே கற்க வேண்டியவைகளைக் (இலக்கணத்தையும், கணிதத்தையும் தவறாமல்) கற்றுக் கொள்.

78. **கீழ்மையகற்று** – இழிவான செயல்களைச் செய்யும் தேகம் என்னும் பழிச் சொல்லை நீக்கு.

79. **கேள்வி முயல்** – உனது செவிகளால் அறநெறி வாக்கியங்களைக் கேட்ப்பதற்கான முயற்சியில் இரு.

80. **செய்வன திருந்த செய்** – செய்யும் செயலைத் தவறில்லாமல் குறையில்லாமல் செய்யப் பழக வேண்டும்.

81. **தீவினையகற்று** – கொடுஞ்செயல்களை நினைக்காதே.

82. **போரத்தொழில் புரியேல்** – வாது வழக்குக்கு ஏதுவான

தொழிலை எப்போதும் செய்யாதே.

83. **வித்தை விரும்பு** – கைத்தொழிலைக் கற்றுக் கொள்ள விரும்பு.

84. **ஒன்னாரைச்சேரேல்** – பகைவர்களோடு சேர்ந்திருக்காதே.

என விளக்கியுள்ளார்.

நல்மனம்

நல் மனம் என்பது,

- உடலின் செயல்பாடுகள்
- மனத்தின் செயல்பாடுகள்
- உணர்ச்சிகள்
- சிந்தனைகள் மற்றும்
- மன நோக்கங்கள் ஆகியவற்றைப் பற்றிய விழிப்புணர்ச்சி யாகும்.

மனத்தின் விழிப்புணர்ச்சி தவறான விருப்பங்களை அறியவும் ஒழிக்கவும் உதவும், இதனையே அவ்வையாரும் தனது ஆத்திசூடியில் கீழ்கண்டவாறு விளக்கியுள்ளார்.

85. **ஈவது விலக்கேல்** – ஒருவருக்கொருவர் கொடுப்பதை தடுக்காதே.

86. **ந போல் வளை** – தன்னைப் போல் மற்றவர்களையும் நேசித்து அவர்களோடு சேர்ந்து வாழ வேண்டும்.

87. **நன்றி மறவேல்** – ஒருவர் உனக்கு செய்த நல்லுதவியை ஒரு போதும் மறவாதே.

88. **சேரிடமறிந்து சேர்** – நாம் சேர்ந்திருப்பது நல்லவரிடமா அல்லது கெட்டவரிடமா என்பதை அறிந்து நல்லவரிடத்து மட்டும் சேர்ந்திருக்க வேண்டும்.

89. **திருமாலுக் கடிமை செய்** – மனிதர்களுள் சிறந்த புத்த பிரானுக்கும், அவரைச் சேர்ந்தவர்களுக்கும் தொண்டு செய்.

90. **தொன்மெய் மறவேல்** – குடும்பத்தில் உள்ள பழம்பெருமையுடையோரை மறவாதே.

91. **நிலையிற் பிரியேல்** – விழிப்புணர்வுடன் இருக்கத் தவறாதே.

92. நூற்கலை கல் – அறிவை வளர்க்கும் பல நூல்களைப் படி

93. பீடு பெற நில் – உடல் வலிமையுடன் இருக்கப் பழகு

94. பேதமேயகற்று – நிலையற்ற எண்ணமும் கொள்கையும் கொண்டிருந்தால் அவற்றை நீக்கு.

95. மனந்தடுமாறேல் – விழிப்பு நிலையில் இருந்து மனம் தடுமாறாதே.

96. கௌவை அகற்று – வாழ்வில் செயற்கையாக ஏற்படும் துன்பத்தை நீக்கு

நல் அமைதி அல்லது நற் சாமாதி

நல்லமைதி அல்லது நற்சமாதி என்பது மனதை ஒருமுகப்படுத்தி வளப்படுத்துதலும், மனம் சலனப்படுவதை தவிர்த்தலும் ஆகும். மிக்குயர்ந்த நிலையுடைய மன ஒரு முகப்படுத்தல் என்னும் நற்சமாதி தியானப் பயிற்சியால் கை கூடுவதாகும்.

அவ்வையாரும் ஆத்திசூடியில் கீழ்கண்ட பாடல்களில் தெளிவு படுத்தியுள்ளார்.

97. **அறன் செயல் விரும்பு (அ) அறம் செய்ய விரும்பு** – அறக்கடவுளான புத்தரின் நெறிமுறைகளான,

- நற்காட்சி
- நற்சிந்தை
- நல்மனம்
- நற்செய்கை
- நல்வாழ்க்கை
- நல்லூக்கம்
- நற்கருத்து
- நல்லமைதி – இவைகளை விரும்பு

98. ஐயம் இட்டு உண் – பௌத்த மற்றும் சமண துறவிகளுக்கு உணவளித்து அவர்கள் உண்டபின் உண்ண வேண்டும்.

99. மண் பறித்து உண்ணேல் – பிறர் நிலத்தையோ அல்லது

நிலத்தில் விளைந்த பொருளையோ அவரறியாமல் திருடித் தின்று உயிர் வாழாதே.

100. **அறனை மறவேல்** – அறக்கடவுள் புத்தரை எப்போதும் மறக்காதே.

101. **கிழமை பட வாழ்** – ஆதிக்கிழவனாம் புத்தரின் வாக்கின்படி வாழ வேண்டும்.

102. **கெடுப்பதொழி** – பிறருக்கு கேடு விளைவிக்கும் செயல்களைச் செய்யாதே.

103. **சையெனத் திரியேல்** – பிறர் உன்னை பாராட்ட வேண்டும் என்பதற்காக அறிவாளி போல் பொய் வேடங்கொண்டு திரியாதே.

104. **துன்பத்திற்கிடங் கொடேல்** – துன்பம் தரக்கூடிய செயல்களான குடி, சூது, மாது போன்றவற்றில் ஈடுபடக்கூடாது.

105. **தையல் சொற்கேளேல்** – கொடூரமான வார்த்தைகளைக் கேட்க்காதே.

106. **நுன்மெய் நழுவேல்** – நுன்னறிவை வளர்த்துக் கொள்ள தவறாதே.

107. **புகழ்ந்தாரைப் போற்றி வாழ்** – சான்றோர்களைப் போற்றி வாழ்.

108. **மூர்க்கரோடிணங்கேல்** – முன்கோபம் கொண்டவர் களுடன் சேர்ந்திருக்காதே.

109. **வீடுபெறநில்** – நிர்வாணநிலையைஅடைவதற்கானஞான மார்கத்திலே நில் என இதனை விளக்கியுள்ளார்.

எண்வழி மார்க்கத்தால் உள்ள எட்டு வழிமுறைகளும், ஒன்றையொன்று சார்ந்து உள்ளவையாகும். ஒன்றுக்கொன்று ஆதாரமாக உள்ளனவாகும். ஒருவர், நன்னெறி, நல்லொழுக்கம், நற்கருணையின் படி வாழ்வாராயின் அவர் துன்பம், மன உளைச்சல், இல்லாத சலனமற்ற வாழ்வு வாழ இயலும்.

இத்தகைய சிறப்பு வாய்ந்த எண்வழி மார்க்கத்தைத்தான் ஆத்திசூடியில் அவ்வை தமிழ் சூழலுக்குத் தகுந்தாற் போல் வலியுறுத்தியுள்ளார்.

ஆத்திச்சூவடி தமிழ் வளர்ச்சி நோக்கோடு எழுதப்பட்டிருந்தாலும், அதன் உண்மையான நோக்கம், புத்தரின் எண்வழி மார்க்கத்தை எளிய தமிழில் பாமரர்களுக்கும் புரியும் வகையில் கொண்டு செல்லும் நோக்கோடு எழுதப்பட்டதுதான்.

வரலாற்றில் அவ்வை தொடங்கி வைத்த ஆத்திசூடி மரபு எண்வழி மார்கத்தை போதிக்கின்றது. பாரதியார் எழுதிய ஆத்திசூடி இந்திய விடுதலையை பின்புலமாகக் கொண்டு எழுதப்பட்டது. அவரது சீடர் பாவேந்தர். பாரதிதாசன் எழுதிய ஆத்திசூடி சமூக சீர்திருத்தக் கருத்துக்களை வலியுறுத்தி எழுதப்பட்டது.

இத்தகைய பின்புலங்கள் யாவும். ஆத்திசூடி எழுதிய காலங்கள் மற்றும் அப்பொழுது நிகழ்ந்த தமிழக சூழலையும் எளிதில் உணர்ந்து கொள்ளவே இங்கு எடுத்தாளப்படுகின்றது. மேலும் எண்வழி மார்கத்தின் 3 பிரிவுகளான

1. நல்வழி

2. நல்லொழுக்கம்

3. நற்கருணை ஆகிய 3 கருத்துக்களும் மற்ற சமயங்களிலும், சமூகத்திலும் பரவிய விதம் குறித்தும், அது ஏற்படுத்திய தாக்கம் குறித்தும் விரிவான ஆய்வுகள் தமிழில் இல்லை.

"வரலாற்றில் சமயங்கள் மறையும், ஆனால் சமய கருத்துக்கள் மறைவதில்லை, அது மக்களால் உள்வாங்கப்பட்டுக் கொண்டே இருக்கும். காலத்திற்கு தகுந்தாற்போல, பௌத்த கருத்துக்கள் எவ்வகையில் மறையாமல் பிற சமயங்களால் உள்வாங்கப்பட்டு, உயிர்ப்புடன் அதனுடைய கருத்துக்களை வைத்திருக்கின்றனர் என்பது குறித்த பதிவுகள் எதுவும் நம்மிடம் இல்லை.

வரலாற்றில் பௌத்த மதம் மற்றும் அதனுடைய கருத்தாடல்கள், கதைகள் ஆகியவற்றை திருமாலிய மதம் உள்வாங்கிக் கொண்டது. அதனுடைய 8 எழுத்து மந்திரம் என்பது கூட எண்வழி மார்கத்தின் அடையாள எச்சம் என்பதையும், திருமால் படுத்துறங்குவதாகவும், படியளப்பதாகவும் புனையப் பட்டுள்ள சிற்பங்கள், ஓவியங்கள் யாவுமே புத்தரின் பரி நிப்பான காட்சிகள் என்பதையும் இங்கே நாம் நினைத்துப் பார்க்க வேண்டும்.

அதே போல சமண மதக் கருத்துக்களை சிவனிய மதம் உள்வாங்கிக் கொண்டு அதனுடைய நெறியாக சைவ நெறியை வைத்துக் கொண்டது. சிவனின் சிலைகள், ஓவியங்கள் , சிற்பங்கள் யாவுமே, மகாவீரரின் தியான நிலை காட்சிகளே என்பதையும் நினைத்துப் பார்க்க வேண்டும்.

இங்கே கோலோச்சிக் கொண்டிருந்த பௌத்த சமண மடங்களை இந்து மதம் அழித்து தனக்கானதாய் உள் வாங்கிக் கொண்டதைப் போலவே, மக்களிடம் பரவியிருந்த எண்வழி மார்க்கம் மற்றும் பௌத்த கருத்துக்கள் எவ்வகையில் திரித்துக் கூறப்பட்டன என்ற நோக்கிலும் இங்கு ஆய்வுகள் எதுவும் இல்லை.

பௌத்தம் மற்றும் பௌத்த கருத்துக்கள் தமிழகத்தில் இருந்து இலங்கைக்கும், இலங்கையில் இருந்து கிழக்காசிய நாடுகளுக்கும் பரவியது. அதன் பின் கிழக்காசிய நாடுகளில் இருந்து பௌத்தம் ஆங்கில நாடுகளுக்கும் பரவியது. பின்னர் மேற்குலக நாடுகளில் இருந்து ஆங்கிலத்தில் மொழியாக்கம் செய்யப்பட்ட பௌத்த கருத்துக்கள்,ஆங்கிலத்தின் வழியாகவே, கர்னல்.ஆல்காட், மற்றும் பண்டிதர் அயோத்திதாசர் வழியாக தமிழகத்திற்கு வந்தது என்பதுதான் பௌத்தம் இருபதாம் நூற்றாண்டில் தமிழகத்திற்கு வந்த வரலாறு.

அதைப் போலவே ஆங்கில மொழியில் இருந்து உலகம் முழுவதும் பரவிய பௌத்த கருத்துக்கள் குறிப்பாக எண்வழி மார்கம் மேற்கத்திய நாடுகளில் உருவாக்கிய தாக்கம், அந்த கருத்து கொண்டாடப்பட்ட விதம், அல்லது வகை மற்றொரு வகையில் சொல்வது என்றால் எண்வழி மார்கம் மேற்கத்திய மக்களின் வாழ்வில் நுழைந்து நிலைத்து நின்ற விதத்தையும் , அங்கு இந்த கருத்து உருவாக்கிய தாக்கத்தையும்,கொண்டாடப்படும் விதத்தையும், கணக்கில் எடுத்துக் கொள்ளப்பட வில்லை. மற்றொரு வகையில் சொல்வது என்றால் எண்வழி மார்க்கம் மேற்கத்திய மக்களின் வாழ்வில் நுழைந்து நிலைத்து நின்ற விதத்தையும், அங்கு இந்த கருத்து உருவாக்கிய தாக்கத்தையும், இங்கு விரிவாக ஆய்வு செய்ய வேண்டிய தேவையுள்ளது.

உதாரணமாக எண்வழி மார்கத்தில் உள்ள 8 வழிமுறைகளும், வெவ்வேறு பெயர்களில் மேற்குலக நாடுகளில் வணிகமய மாக்கப்பட்டு கொண்டாடப்பட்டு வருகின்றது. நற்பேச்சு

என்ற கருத்தாக்கமே மேலை நாடுகளில் தகவல் தொடர்பாக விரிவடைந்து, அது வாய்மொழி தகவல் தொடர்பு, மொழியல்லாத தக்வல் தொடர்பு என்னும் இருவகைகளாக பிரிக்கப்பட்டு பல்வேறு கிளைகளாக, பிரிவுகளாக பிரிந்து, விரிந்து இருக்கின்றது. இவை அனைத்துக்கும் ஆதாரமாக இருப்பது தமிழ்பாட்டியின் நற்பேச்சு கருத்துக்களை உள்ளடக்கிய ஆத்திசூடி வரிகளே என்பதை நாம் உணர்ந்து கொள்ள வேண்டும்.

மேலும் நல்மனம் என்ற கருத்தாக்கமே இன்றைய மேற்குல நாடுகளில் ஆளுமை தத்துவம் என்ற பெயரில் வழக்கில் வந்து கொண்டிருக்கின்றது.

நல்லுணர்வு என்ற புத்த மத கோட்பாடு சூழ்நிலை அறிதல் வகையில் பொருந்தி இன்று உறவு சிக்கலை சமாளிக்கும் மேலாண்மை உணர்வு மேலாண்மை தத்துவமாக விரிவடைந்து வந்திருக்கின்றது. (Emotional Management)

அதைப்போலவே பௌத்த கருத்துக்கள் யாவுமே நம்மிடம் இருந்து மேலைநாடுகளுக்கு சென்று மீண்டும் நம்மிடமே திரும்பி வந்தவை என்பதை ஒப்புக்கொள்ளும் அனைவருமே, பௌத்த கருத்தாக்கமும் இலக்கியமும் தியான முறைகளும் மேற்குலக நாடுகளில் உருவாக்கிய தாக்கம் குறித்தும், மாற்றம் குறித்தும் விரிவான ஆய்வு தேவைப்படுகின்றது இன்றை தமிழ் பௌத்த சூழ்நிலையில்.

உதவிய நூல்கள்:

1. புத்தரும் அவர் தம்மமும்

2. ஒரு பூர்வ பௌத்தனின் சாட்சியம்

3. The eight path fold of buddism

பின்னிணைப்பு

அயோத்திதாசரும் ஆத்திசூடியும்

ஞானத்தாய் ஔவையார் அருளிச் செய்த திரிவாசகம்

முதல் வாசகம்

காப்பு

ஆத்திசுவட்டில் அமர்ந்த தேவனை
ஏத்தி ஏத்தித் தொழுவோம் யாமே

ஆத்தி— கல்லாத்தி,சுவட்டின் நிழலின்கண், அமர்ந்த— வீற்றிருந்த,தேவனை—ஆதிதேவனாம் புத்தபிரானை, ஏத்தியேத்தி — புகழ்ந்து மகிழ்ந்து,தொழுவாம் வணங்குவாம் யாம் யாங்களென்றவாறு.

திராவிட பாஷையில் கல்லாலம், கல்லாத்தி என்று வழங்கி வந்தமரப்பெயர், அரசன் மரத்தடியில் வீற்றிருக்கின்றார், வீற்றிருக்கின்றார் என்னும் காரியப் பெயர்க்கொண்டு அரசமரமென வழங்கலாயிற்று.

கல்லாலங் கல்லாத்தியென்று வழங்கிவந்தப் பெயர்களைத் தாயுமானவர் கூறியுள்ள "கல்லாலடிக்குள் வளர்சித்தாந்த முத்திமுதலே" எனும் வாக்கியத்தினாலும், மணிமேகலையில் கூறியுள்ள 'ஆலமர்ச் செல்வன் மதன்விழாக்கோல்கொள்',

எனும் வாக்கியத்தினாலும்,

அருங்கலைச்செப்பு – கல்லாலப்பத்து
ஆத்தியடி யமர்ந்து வாகமங்களீய்ந்து
சாத்தனக்களித்தசீர்

எனும் செய்யுளாலும் அறிந்து கொள்ளுவதன்றி தேவனென்னும்

மொழி ஆதிதேவனையே சிந்தித்துள்ளார் ஆதலின் அவ்வாதி தேவனென்னும் பெயர் புத்த பிரானுக்குரிய ஆயிர நாமங்களில் ஒன்றென்பதை அடியில் குறித்துள்ள தெய்வப் பெயர்ச் செய்யுளாலும் அறிந்து கொள்ளலாம்.

பின்கலை நிகண்டு

தரும ராசன்முன்னிந்திரன் சினன் பஞ்சதாரைவிட்டே
யருள்சுரந்தவுணர்க் கூட்டுந் ததாகதன் ஆதிதேவன் விரவு
சாக்கையனேசைனன் விநாயகன் சினந்தவிர்ந்தோன்
அரசு நீழலிவிருந்தோன் அறி அறன் பகவன் செல்வன்

இத்தகைய கலைவாசகத்தை தமிழ்மொழியால் அமைக்க ஆரம்பித்த ஞானத்தாய், புத்தபிரானாம் ஆதிதேவனை காப்புக்கு முன்னெடுத்தக்காரணம் யாதென்பீரேல் உலக சீர் "திருத்தமக்களுள் ஆதிபகவனென் தோன்றி தமிழ் பாஷையை இயற்றி அதனிலையால் சத்தியதன்மத்தைப் பரவச் செய்து தமிழர் பெருமானெனக் கொண்டாடப் பெற்றவராதலானும்," காப்புக்கு முன்னெடுக்குங் கடவுடான் மாலோயாகும்'' எனப்பின்கலைநிகண்டு புகல்வதாலும் தான்கூறிய தமிழ் வாசக நுவலுக்கு ததாகதரையே காப்பாக சித்தரித்துள்ளாள்.

வீரசோழியம்

ஆவியனைத்துங் க,ச,த,ந,ப,ம,வ், வரியும் வவ்வி
லேவிய வெட்டும் யவ்வாறு ஞந்நான்கு மெல்லாவுலகு
மேவியவெண்குடை செம்பியன் வீரரா சேந்திரன்றன்ஷ
நாவியல் செந்தமிட் சொல்லின் மொழி முத னன்னுதலே

யாப்பெருங்கலக்காரிகை

திறந்திடுமனிறீயவை பிற்காண்டு மாதர்
இறந்து படிற்றெரிதாமேதம் உறந்துயர்கோன்
தண்ணாரமார் பிற்றமிழர் பெருமானை
கண்ணாறக்காணக்கதவு

நூல்

1. அறன் செயல் விரும்பு

அறன் அறக்கடவுளாகும் புத்தபிரான், செயல் செய்கைகளாம்,

6. நற்காட்சி

7. நற்சிந்தை

8. நல்மனம்

9. நற்செய்கை

10. நல்வாழ்க்கை

11. நல்லுவக்கம்

12. நற்கருத்து

13. நல்லமைதி இவைகளை விரும்பு–ஆசை கொள்ளு மென்பதாம்.

இச்செயலானது ஏழைகள் முதல் கனவான்கள் வரையிலும், பெரியோர்கள் முதல் சிறுயோர்கள் வரையிலும், பிணியாளர் கள் முதல் சுகதேகிகள் வரையிலுஞ் செய்யக்கூடியபொது தன்மமாதலின் இவற்றை முதலில் சுகதேகிகள் வரையிலுஞ் செய்யக்கூடிய பொது தன்மமாதலின் இவற்றை முதலில் விளக்கியுள்ளாள்.

அறனென்னும் வல்லினறகரமமைந்த தெய்வப்பெயர் உண்டோ என்பாருண்டு

சீவகசிந்தாமணி

கொடுவெஞ் சிலைவாய்க்கணையிற் கொடிதாய்
நடுனாளிரவின்னவைதான் டிகுமா
னெடு வெண்ணிலவின் னிமிர்தேர்பரியா
தடுமாரெழினின்றறனேயருளே.

இதற்காதரவாய் அறனை மறவேழன்னும் வாசகமுண்டு அறக்கடவுளின்செயலாகும் அஷ்டாங்க மார்கத்தை பற்றுவோர், பாசபந்த பற்றுக்கள் யாவையும் அறுத்தற்குப் பாதையதுவே ஆதலின் அறன் செயலாம் பற்றினை விரும்பு ஆசை கொள்ளும் என்றாள்.

திரிக்குறள்

பற்றுக பற்றற்றான் பற்றினை யப்பற்றை
பற்றுக பற்று விடற்கு

அறன், அறமென்னும் மொழிக்கு யீகையென்னும்

பொருளை யேற்பதாயின் இல்லறம், துறவறம், நல்லறம் பொல்லறம், மெய்யறம், பொய்யறம்மாகும் இம்மொழி களுக்கு எப்பொருள் பொருந்தும்.

செல்வப் பொருளுள்ளவனுக்கு ஈகை என்னும் மொழி ஏற்குமேயன்றி, செல்வப்பொருள் இல்லாதவனுக்கு யீகை என்னும் மொழி பொருந்தாவாம் ஆதலின் அறமென்னும் மொழி சகலருக்கும் பொருந்தும் சத்தியதன்ம மொழியாகும்.

2. ஆறுவது சினம்

ஆறுவது – தணியத்தகுவது,சினம் கோபமேயாம். அறன் செயலென்னும் பற்றற்றான் பற்றை விரும்பகூறி, உடனே கோபாக்கினியை தணிக்கவேண்டும்மென்று கூறியக் காரணம் யாதென்பீரேல் சகல நற்கிருதிய செயல்களையும் கெடுக்ககூடியவை சினமென்னும் கோபமேயாதலின் அற வழியான் செயலை விரும்புவோர், அகக் கொதிப்பாகுங்

கோபத்தை ஆற்றவேண்டும் என்று கூறியுள்ளார்.

தன்னை சகல தீங்குகளினின்றும் தப்பித்துக் கொள்ள எண்ணமுடையவன் தன்னிடத்தெழும் கோபத்தைக் காக்கவேண்டும் என்பதாம்.

திரிக்குறள்

தன்னைத்தான்காக்கிற் சினம் காக்க காவாக்கால்
தன்னையே கொல்லும் சினம்

பாம்பாட்டி சித்தர்

மனமெனுங் குதிரையை வாகனமாக்கி
மதியெனுங் கடிவாளம் வாயிற்பூட்டி
சினமெனும் சீனிமேல் சீராயேறி
தெளிவுடன் சாரிவிட்டாய் பாம்பே

அறப்பளீசுரசதகம்

கோபமே பாபங்களுக்கெலாந் தாய்தந்தை கோபமே குடிகெடுக்குங்
கோபமே யெவரையுங் கூடிவரவொட்டாது கோபமே துயர் கொடுக்குங்

கோபமே பொல்லாது கோபமே சீர்கேடு கோபமே யுரவறுக்குங்
கோபமே பழிசெயுங் கோபமே பகையாளி கோபமே கருணை போக்குங்
கோபமே யீனமாங் கோபமே யெவரையுங் கூடாம லொருவனாக்குங்
கோபமே மறலிமுன் கொண்டுபோய் தீய நரகக்குழியினிற் றள்ளுமால்
ஆபத்தெலாந்தவிர்த் தென்னையாட்கொண்டருளு மண்ணலெம
தருமெய்மதவேள்அனுதினமு மனதினினை
தருசதுரகிரிவள ரறப்பளீ சுரதேவனே

வேமனசதகம்

கோபமுன்னநரக கூபமுஜெந்துனு
கோபமுன்னகுணமு கொஞ்சமகுனு
கோபமுன்னபிரதுகு கொஞ்சமைபோவுனு
விஸ்வதாபிராம வினரவேமா.

3. இயல்வது கரவேல்

இயல்வது – உன்னால் செய்யத்தகுவது ஆகிய வித்தையை கரவேல் ஒளியாதே.

உனது அறிவின் விருத்தியினாலும் விடாமுயற்சி-யினாலும் இயல்பினாலும் உன்னால் தெரிந்துக்கொண்ட வித்தையை நீமட்டிலும் அனுபவித்து சுகியாமல் ஏனையோரும் அவ்வித்தையைக் கற்று சுகிக்கும் வழியைக் காட்டவேண்டுமென்பதாம்.

இயல்பில் கண்டடைந்த வித்தையை ஏனையோர்க்கு உதவாமல் ஒளிப்பதானால் உள்ள வித்தையும் கெட்டு விருத்தி கெடுமென்பதாம் அதுவே அன்புமிகுத்தவர்களின் செயலாகும்.

அறநெறிதீபம்

ஐயெனத் தாம் பெருகுவதும் அறிவினால் விளங்குவதும்
ஊய்தவங் கேட்டுணர்வதுவும் உணர்ந்தவற்றைப் பிரருளத்திற்
செய்தவ நன்றாக்குதலுஞ் சிறந்தார்சொற் றேருதலும்
மெய்யன்பை யுள்ளத்தில் மேவியவன் பயனாகும்

4. ஈவதைவிலக்கேல்

ஈவதை – ஒருவருக்கொருவர் கொடுப்பதை விலக்கேல் தடுக்காதீரென்பதாம்.

மக்கள் ஒருவருக்கொருவர் உபகாரங் கருதியே சேர்ந்து வாழ்பவர்களாய் இருக்கின்றார்கள்.அத்தகைய உபகாரச் சேர்க்கையை ஒருவருக்கொருவர் தடுத்து கெடுப்பதானால் மனுகுல விருத்திக் கெட்டுப்போ மென்பதாம்.

உனக்குள்ள உலோபகுணத்தை எதிரிக்குங் கற்பித்து உனக்குள்ளக் கேட்டில் எதிரியையுஞ் சேர்த்துக் கெடுத்தல் இழிவேயாகும்.

கொடுக்கும் ஈகையுள்ளோன் குணத்துடன் கெடுக்கும் லோபியின் குணம் கலக்குமாயின் பொன்னுடன் பித்தளையும் சோற்றுடன் மலமும் பாலுடன் மூத்திரமுங் கலந்ததுபோல் அதன் பெருந்தகைய குணமுஞ் சிறந்தமதிப்பும் பரந்த கீர்த்தியும் நாசமடைந்துப்போம்.

ஆதலின் ஒவ்வோர் புருஸனும் வித்தை புத்தி ஈகை சன்மார்க்கமென்னும் நான்கிலும் நிலைத்தல் வேண்டும். அத்தகைய உயர்ந்தோர் மாட்டே உலகமும் எனப்படும்.

எளியோர்க்கு ஈவதை விலக்குவோனின் குணாகுணகதி.

விவேகசிந்தாமணி

நாய்வாலை யளவெடுத்துப் பெருக்கித்தீட்டி நற்றமிழை யெழுத வெழுத்தாணியாமோ
பேய்வாழஞ் சுடுகாட்டைப் பெருக்கித்தள்ளி பெரியவிளக் கேற்றிவைத்தால் வீடதாமோ
தாய்வார்த்தைக் கேளாத ஜகசண்டிக்கென் சாற்றிடினு முலுத்தகுணந் தவிரமாட்டான்

ஈயாரை யீயவொட்டா னிவனுமீயா னெழபிறப்பினங் கடையா மிவன்பிறப்பே.

பற்பல இடுக்கங்களினால் இழிய நிலைமெய் அடைந் தவர்களுக்கும் யாதொரு தொழிலஞ் செய்ய சக்தியற்ற வர்களுக்கும் ஈதலே பேருபகாரம். அவைகளைத் தடுத்தலே இழிநிலையைத் தரும்.

விவேகசிந்தாமணி

இடுக்கினா லிழிமெய் யெய்தி யிரப்பவர்க் கிசைந்துதானங்
கொடுப்பதே மிகவுநன்று குற்றமே யின்றிவாழ்வார்
தடுத்துகை விலக்குவோர்க்கு தக்கநோய் பிணிகளுண்டாய்
உடுக்கவுந் துணியுமற்று வுண்ணுஞ்சோ றுதவாதாமே.

இத்தகைய ஈகையை வீணருக்கும் சோம்பேரிகளுக்கும் பொய்யர்களுக்கும் கொடுப்பதனால் ஈவோர்களுக்கே இடுக்கணுண்டாய் இழிய நிலைபெற வேண்டும் ஆதலின் பாத்திரம் அறிந்து பிச்சை இடுவதே பாக்கியபெருக்க வழியாகும்.

குறுந்திரட்டு

பொய்யைச்சொல்லி பிதற்றிடும் பேயர்க்கும் அய்யமேற்கவே
அஞ்சாமிலேச்சர்க்கும் துய்யஞான சுகுண செல்வாதிபர்
இய்யுந்தான மிடுக்கத்திழக்குமே ஊனமின்றி யுருபெருத்
தோருக்குங்
கானமற்றுமெய் காணாகசடர்க்கும் மோனரென்னு
முழமோசக்காரர்க்குந் தானமீவது தப்பரையாகும்மே.

5. உடையதை விளம்பேல்

உடையதை உன்னிடத்துள்ள திரவியத்தை விளம்பேல் பிறருக்குரையாதே

டம்பத்தினால் உனக்குள்ள ஆஸ்தியை பிறரறியக் கூறுவாயாயின் உன்னையொத்த திரவியவான் அவற்றைக் கருதமாட்டான்.வன்னஞ்சனும் கள்ளனும் அறிவார்களாயின் உன்னை வஞ்சித்துக் களவாடியும் துன்பப்படுத்துவார்கள்.

ஆதலின் ஆட்கொல்லியாகும் உனக்குள்ள திரவியத்தை அனைவருமறியக் கூறுவாயாயின் அவ்வாட்கொல்லி என்னும் திரவியமே உன்னைக் கொல்லும் ஓர் ஆயுதமாகிப்போம். இது கொண்டே உள்ள திரவியத்தை உடன் பிறந்தானுக்கும் உரைக்கலாகாதென்பதோர் பழமொழி.

உனக்குள்ள திரவியத்தை உலகோர் அறியக் கூறி உலோபியாக விளங்கி உன்மத்தனாவதினும் உனக்குள்ள திரவியத்தைக் கொண்டு உலக உபகாரியாக விளங்குவாயாயின் உன் திரவியமும்

பெருகி உன் ஆயுளும் வளர்ந்து உன் கீர்த்தியும் அழியாமல் நிலைக்குமென்பதாம்.

காக்கைபாடியம்

அறநெறிநின்று வாயுனை வளர்த்து
பிறருபகாரம் பேணிப் பெருக்கி நிறைமொழிமாந்தரெனு
நிலைநிற்கில்
துறந்தவர் கீர்த்தித் தொடர்புமீதாமே

6. ஊக்கமிதுகைவிடேல்

ஊக்கமது – உனக்குள்ள முயற்சியில் கைவிடேல்

சோர்வடையாதே

வித்தையிலேனும் கல்வியிலேனும் ஊக்கமாயிருந்து அவற்றை கைவிடுவதாயின் எடுத்தமுயற்சி ஈடேறாமல்போம்.

ஆதலின் ஊக்கத்தினின்று நடாத்தியச் செயலைக் கைவிடுவ தானால் வீண் முயற்சியேயாம். எடுத்த முயற்சியை கைவிடாது சாதித்துக் கைகண்ட தொழில்களாகும் இரயில்வே டிராம்வே டெல்லிகிறாப் போனகிறாப் லெத்தகிறாப் முதலிய தொழில்கள் யாவும் கைவிடா ஊக்கத்தினால் விருத்திப்பெற்றக் காட்சிகள் எனப்படும்.

நாம் இத்தகைய வித்தியாவிருத்தியையும் புத்தியின் விருத்தி யையும் ஈகையின் விருத்தியையும் சன்மார்க்க விருத்தியையும் கைவிடுத்து பொய்க் குருக்களால் போதிக்கும் பொய்புராணக் கட்டுக்கதைகளை நம்பி சாமி கொடுப்பார் சாமி கொடுப்பார் என்னும் ஊக்கமற்ற சோம்பேரிகளாய் சோற்றுக்கு வழியற்று பிச்சையிரந்துன்பதே பெரும் வித்தியாவிருத்தி என்று எண்ணிப் பாழடைவோம் என்னும் வருங்கால சம்பவம் உணர்ந்த ஞானத்தாய் உருக்கவலிமெயாம் ஊக்கச்செயலை உறுதி பெறக் கூறியுள்ளாள்

திரிக்குறள்

தெய்வத்தாலாகாதெனினு முயற்சிதன்
மெய்வருந்த கூலிதரும்
அருங்கலைச்செப்பு

வாழ்விப்பதேவ ரென மயங்கிவாழ்த்துதல்
பாழ்பட்ட தேவமயக்கு.

7. எண்ணெழுத்திகழேல்

எண் எழுத்து – எட்டென்னுங் கணிதாட்சரமாகவும் எழத்தென்னும் அகராட்சரமாகவும் விளங்கும் வரிவடிவை இகழேல் அவமதியாதே என்பதாம் அகரவட்சரமானது சகல அட்சரங்களுக்கும் ஆதியாய் தோன்றி அறிவை வளர்த்து ஞானக் கண்ணாகவும் விளங்குவது அதுவேயாதலின் அதனை அவமதியாதே என்று கூறியுள்ளாள்.

ஔவையர் ஞானக்குறள்

ஆதியாய் நின்ற வறிவு முதலெழத்
தோதிய நுலின் பயன்
விகாரங் கெடமாற்றி மெய்யுணர்வுகண்டால்
அகாரமாங் கண்டீ ரறிவு

அகரத்தின் சுழியானது அங்கத்தின் புருவமத்திய சுழிமுனையினின்று முதுகின் தண்டெலும்புள் அளாவி உந்தியில் முனைகூடி ஞ்நீணுநுல் அணைவதுபோல மார்புட்சென்று கண்டத்தில் கால்வாங்கி நிற்கும். அதையே தாயின் வயிற்றில் குழவி கட்டுபட்டிருக்குங்கால் மூச்சோடிக் கொண்டிருக்கும் பிரமரந்தினமென்றும் குண்டலி நாடி யென்றும் குண்டலி சத்தியென்றும் குறியெழத்தென்றுங் கூறுவர்.

இத்தகைய எட்டெழுத்தாம் அகராட்சரத்தை கண்டத்திலூன்றி குண்டலியை நிமிர்த்தி குணங்குடிக்கொள்ளும் வழிக்கு ஆதியட்சரமாகலின் நாம் எப்போதும் வாசித்துவரும் அகர எழத்து தானேயென்று அவமதித்து அறிவின் விருத்தியை விட்டுவிடாதீர்களென்று வற்புறுத்திக் கூறியுள்ளார்.

ஆதியட்சரமாம் அகாரமே அறிவின் விருத்திக்குக் காரணமாகி உகாரமாம் உண்மையொளிகண்டு மகாரமாம் காமவெகுளி மயக்கங்கள் அற்று சிகாரமாம் அன்பில் நிலைப்பதே நிருவாண சுகமாகும்.

சிவவாக்கியர்

அகாரகாரணத்துளே அநேகனேக ரூபமாய்
உகாரகாணத்துளே வொளிதரித்துநின்றனன்
மகாரகாரணத்தின் மயக்கமற்று வீடதாம்
சிகாரகாரணத்தின் தெளிந்ததே சிவாயமே

ஞானக்கும்மி

கட்டுப்படாதந்த வச்சுமட்டம் அதின்
காலே பன்னிரண் டாகையினால்
எட்டுக்கயிற்றினால் கட்டிக்கொண்டால் அது
மட்டுப்படுமோடி ஞானப்பெண்ணே

எட்டென்னும் கணிதாட்சரமாகவும் எழுத்தென்னும் இலக்கிய முதலட்சரமாகவும் விளங்கும் குறியெழுத்தாம் அகராட்சரத்தை அவமதியாதே என்பது அறிவுருத்தப் பலனாகும்.

ஔவையார் ஞானக்குறள்

கூடகமானக் குறியெழுத்தைத் தானறியில்
வீடகமாகும் விரைந்து.

இத்தகைய சிரேஷ்டமாம் அகராட்சரத்தை ஒவ்வோரில்லந் தோரும் வழங்கிவருதற்கு அப்பா அம்மா அண்ணா அண்ணி அக்கா அத்தை அத்தான் அப்பி என்று அழைப்பிலும் உச்சரிக்கும்படி செய்திருக்கின்றார்கள்.

8. ஏற்பதிகழ்ச்சி

ஏற்பது – ஒருவர் சொல்லும் வார்த்தையை விசாரணையின்றி ஏற்றுக்கொள்வது இகழ்ச்சி இழிவைத்தரு மென்பதாம்.

அதாவது ஒருமனிதன் முன்னில்வந்து நான்பிரமாமுகத்தி லிருந்து வந்தவன் நானே பெரிய சாதியினனென்று கூறுவா னாயின் அவன் வார்த்தையை மெய்யென்று ஏற்றுக்கொண்டு யாதொரு விசாரணையுமின்றி அவனைப் பெரியசாதியோன்

பெரியசாதியோனென்று உயர்த்திக் கொண்டு தன்னைத் தாழ்ந்தசாதியாக ஒடுக்கி சகலத்திலும் முன்னேறுவதற்கில்லால் ஒடுங்கிதானே சீர்கெட்டு இழிவடைந்துபோகின்றான்.

இத்தகையோன் ஒருவன் வாய்மொழியை ஏற்காது அவனைநோக்கி நீவிர் பிரம்மா முகத்தினின்று பிறந்தவரானால் அப்பிரம்மா எங்கிருக்கின்றார் அவர் முகம் எவ்வகைத்தானது உமது மனைவியார் யாவர் முகத்தில் பிறந்துள்ளார்.

மநுகுலத்தோருள் நீவிர் எவ்வகையால் பெரியசாதி யானீர் பெரியசாதியோர் அடையாளமென்னை சிறியசாதியோர் அடையாள மென்னையென்று விசாரிணைச் செய்வானாயின் பிரம்மாவும் பிரம்மாவின் முகத்தில் தோன்றியதும் பெரியசாதி என்னும் படாடம்பமும் பின்னிடைந்துபோம் .

அதினால் இவன் தன்னை சின்னசாதியென விசாரணை யின்றி தாழ்ச்சியடையும் இகழ்ச்சி நீங்கி சகல விஷயங்களிலும் முன்னேறி புகழ்ச்சி பெறுவான்.

இத்தகைய நிகழ்ச்சி நேர்ந்து மக்கள் இகழ்ச்சி பெறுவார்களென்று வருங்காலமறிந்த ஞானத்தாய் ஏற்பதை இகழ்ச்சி என்று வற்புறுத்திக் கூறியுள்ளாள்.

சுவர்ண தானமேனும் வஸ்திர தானமேனும் ஒருவன் கேழ்க்காமல் மற்றொருவன் வதை ஏற்பது இழிவாகமாட்டாது.

எவ்வகையதென்னில்:

யதார்த்தபிராமணர்களுக்குரிய அறுவகைத் தொழிலாம் ஓதல் ஓதிவைத்தல் வேட்டல் வேட்பித்தல் யீதல் ஏற்றல் என்பவற்றுள் அந்தணர்கள் ஏற்றலும் ஒருதொழிலாகும் அரசன் வரி இறை ஏற்றலும் ஒரு தொழிலாகும் ஆதலின் இத்தகைய ஏற்பு இழிவடையமாட்டாது. சுயப்பிரயோசனமுள்ளோர் சொற்களை விசாரிணையின்றி ஏற்றுக்கொள்ளுவதே இழிவைத் தருமென்பது அனுபவக்காட்சியாகும்.

9. ஐயமிட்டுண்

ஐயம் புலன் தென்பட ஒடுங்கினோராகும் தென்புலத் தோர்க்கு

இட்டு – வட்டித்துள்ள அன்னத்தை முன் புசிக்கக்கொடுத்து உண் நீயம் உண்ணுமென்தாம்.

பூர்வம் இத்தேசமெங்கும் புத்ததன்மம் நிறைந்திருந்த காலத்தில் பாசபந்தத்தில் ஜயமுற்று பற்றறுக்க முயலும் சமண

முனிவர்களாகும் தென்புலத்தோர் ஒருமடங்களைவிட்டு

மறுமடங்களுக்குப் போவதியல்பாம். அவற்றை உணர்ந்துள்ள இல்லறத்தோர் தாங்கள்பசிப்பதற்கு முன்பு வெளிவந்து அறஹத்தோ அறஹத்தோ என்று ஜம்புலனொடுக்க வையமுற்றோரை அழைப்பார்கள்.அவர்கள் வந்தவுடன் வட்டித்துள்ள அன்னத்தை முன்பு புசிக்கக்கொடுத்து பின்பு தாங்களும் உண்பது ஐயமிட்டுண்ணென்னும் போதனா வொழக்கத்தை பின்பற்றியச் செயலேயாம்.

அறநெறிச்சாரம்

பிச்சையு மையமுமிட்டுப் பிறன்றார
நிச்சலு நோக்காது பொய்யொரீஇ நிச்சலுங்
கொல்லா மெய்காத்துக் கொடுத்துண்டுவாழ்வதே.
இல்வாழ்க்கை யென்னு மியல்பு.

சிலப்பதிகாரம்

அறவோர்களித்தலும் அந்தணரோம்பலும்
துறவோர்க்கெதிர் தலும் தொல்லோர்சிறப்பின்
விருந்தெதிர் கோடலு மிழந்த வென்னையும்

ஆசாரக்கோவை

முறுவலினிதுரைகானீர்மனைபாய
கிடைக்கையோ டிவ்வைந்த மென்பதலைச்சென்றார்
கூணெடுஞ் செய்யுஞ்சிப்பு.

நீதிவெண்பா

தென்புலத்தார் தெய்வம் விருந்தொக்க லென்னுமிவ
ரின்புறத்தா லுண்ட லினிதாமே – அன்பிறவே
தக்கவரை யின்றித் தனித்துண்ண றானிகமீன்
கெக்கருந்த லென்றே குறி.

தண்டலையார் சதகம்

திருவருக்குந்தண்டலையார் வளநாட்டி

(நாலுவரிகள் தெளிவில்லை)

இத்தகையாய் பாசபந்தத்திற்கு ஐயமுற்று பற்றறுக்க முயலும் பெரியோர்களுக்கு இட்டுண்பதே பேருபகாரமாதலின் ஞானத்தாய் முதியோர் கருத்தை குறுக்கல் விகாரப்படுத்தி ஐயமிட்டுண் என்று கூறியுள்ளாள்.

10. ஒப்புரவொழுகு

ஒப்புரவு – உள்ளத்திற் சாந்தத்தை நிறப்பி முகமலர்ச்சியுடன் ஒழகு இல்வாழ்க்கையில் நடவு மென்பதாம்.

ஒப்புரவினின்று வார்த்தையாடலும் ஒப்புரவினின்றுண வளித்தலும் ஒப்புரவின்று உள்ளந்திருத்தலுமே உலக

சிரேஷ்டமாகக் கொள்ளுதலான் ஒழுக்கத்திற்கு உதவி ஒப்புரவென்று வற்புறுத்திக் கூறியுள்ளாள்.

விவேகசிந்தாமணி

ஒப்புடன் முகமலர்ந்தே யுபசரித் துண்மெய்ப்பேசி
உப்பிலாக் கூழிட்டாலு முண்பதே யமிர்தமாகும்
முப்பழ மொடுபாலண்ணம் முகங்கடுத்திடுவராயின்
கப்பிய பசியினோடு கடும்பசி யாகுந்தானே.

அறநெறிச்சாரம்

மக்களுடம்பு பெறற்கரிது பெற்றபின்
மக்களறிவு மறிவரிது – மக்கள்
அறிவதறிந்தா ரறத்தின் வழவார்
நெறித்தலை நின்றொழகுவார்.

ஒப்பி – மனப்புர்வ சம்மதமாய் உரவோர் அறிவுமிகுத் தாராகும் சமண முனிவர்பால் ஒழுகு – நெறிபிறழாது வாழக்கடவா என்பதுமோர் பாடபேதம் திரிபீடகம் திரிக் குறளாம் முப்பாலைத்தழுவியதே திரிவாசகமாதலின் நீதிநெறி ஒழக்கங்களையே புதைப்பொருளாக அமர்ந்துள்ளதாகும்.

11. ஓதுவதொழியேல்

ஓதுவது – அறிவைபெருக்குங் கலை நூற்களை வாசிப்பதில்

ஒழியேல்நீங்கிவிடாதே என்பதாம்

ஓதலும் ஓதிவைத்தலும் கற்றலுங் கற்பித்தலுமாயவை கலை நூற்களே ஆதலின் அவற்றை ஓதுவதினின்று ஒழியேலென வற்புறுத்திக் கூறியுள்ளாள்.

அறநெறிச்சாரம்

எப்பிறப் பாயினு மேமாப் பொருவதற்கு
மக்கட் பிறப்பிற் பிறிதில்லை – அப்பிறப்பில்
கற்றலுங்கற்றவை கேட்டலுங் கேட்டதன்கண்
நிற்றலுங் கூடப் பெறின்

கலைநூற்களையே கற்கவேண்டும் என்னும் காரணம் யாதெனில் சிற்றறிவின் விருத்தியால் வித்தியா விருத்திகளோங்கி உலக வாழ்க்கை சிறப்படையவும் பேரறிவின் விருத்தியால் புரணமுற்று சுகவிருத்தி யடைவதற்குமேயாம் நுண்ணிய அறிவை விருத்தி பெறச் செய்யுங் கலைநூற்கள் ஓதுவது ஒழியேலென்பது கருத்தாம். (சில வரிகள் தெளிவில்லை)

இதனையனுசரித்தே விவேக மிகுத்தோர் கண்டு படிப்பதே படிப்பு மற்ற படிப்பெல்லாந் தொண்டுபடிப் பென்றறி என்றும் கூறியிருக்கின்றார்கள்.

12. ஔவியம் பேசேல்

ஔவியம் ஒருவருக்கொருவர் பொறாமையை உண்டு செய்யும் வார்த்தையைப் பேசேல் மறந்தும் பேசாதே என்பதாம்.

உலகத்தில் தோன்றியுள்ள மக்கள் வாழ்க்கைத் துணையாய் ஒருவருக்கொருவர் நெருங்கி வாழ வேண்டுமென்பது நீதிநூற்.

சம்மதமாதலின் அத்தகைய சேர்க்கை வாழ்க்கையில் ஒருவருக் கொருவர் பொறாமையை உண்டுசெய்யத்தக்க வார்த்தைகளைப் பேசி பொருந்தியுள்ள அன்பைக்கெடுத்து விரோதத்தைப் பெருக்கி வாழ்க்கைத் துணையைப் பிறித்துவிடுவதினால் ஒவ்வொருவருக்குமுள்ள உபகாரமும் கெட்டு சுகமற்றுப் போவதால் ஒருவருக்கொருவர் கேடுண்டுசெய்யும் ஔவியமாம் பொறாமைச் சொற்களைப் பேசேல் ஒருக்காலும் பேசாதே என்று வாழ்க்கைத் துணை நலம் கூறியுள்ளாள்.

இதை அனுசரித்தே கலைநுலோர் பொறாமைச் சொற்களால் அன்பர் உறவைப் பிரிப்போரும் களங்கமற்ற நெஞ்சினர்க்குக் களங்கம் உண்டு செய்வோரும் பிறர் தாரங்களின் மீது நாட்ட முள்ளோரும் அன்னியர் பொருளைக்கவ்விய நாய்படுங் கஷ்டம்போல் அல்லடைவார்களென்று கூறியிருக்கின்றார்கள். ஆதலின் பொறாமைச் சொற்களைப் புகலாதிருப்பதே புண்ணிய பலனாகும்.

அறநெறித்தீபம்

அவ்வியமேகூறி மிகுவன் பிநிலைமாற்றதலுஞ்
செவ்வியவுள்ளத்தினிடந்தீங்கு நினைவூட்டுதலும்
பவ்வி பிறர்தாரமனையபற்றினமோடுதலும் கவ்விய
கணங்கனபடுங்காட்சி அதன் பயனாகும்

13. அஃகஞ் சுருக்கேல்

அஃகம் எக்காலமிருந்தபோதினும் குறைந்து அழியக்கூடிய தேகத்தை சுருக்கேல் நீயே வொடுக்கி சுகங்கெடாதே என்பதாம்.

தேகமானது பாலதானம் குமரதானம் அரசதானமென வளர்ந்து மூப்புதானம் மரணதான மெனத்தேய்ந்துத் குறைந்து சீர்க்கெடுவதியல் பாதலின் குமர அரச தானங்களையே தேய்த்துக் குறைப்பதானால் அவ்விருதானங்களையே மூப்புதானம் என்னும் பெயர் பெற்று மரணத்திற்கு ஆளாக்கி விடுமென்பதாம்.

மக்களுக்குள்ள ஆயுள் வருடம் பதினாறைப் பாலதானமென்றும் வருடம் முப்பதை குமரதானமென்றும் வருடம் நாற்பத்தைந்தை அரசதானமென்றும் வருடம் எழுவதை மூப்புதானமென்றும் வருடம் நூற்றை மரணதானம் என்றும் வகுத்திருக்கின்றார்கள். இத்தகைய அழிவுக்குரிய ஆயுளாம் அஃதை குமரதானத்திலேயே குறைத்து சீர்கெடுப்பதானால் அக்குமரதானமே மூப்புதான நிலைப்பெற்று மரணத்திற்கு உள்ளாக்கும் என்பது கருத்து.

நாம் புசிக்கும் பதார்த்தங்களை மிதாகாரமாய் அதிகமுமின்றி கொஞ்சமுமின்றி புசிப்பதே சுகாதாரமாகும் அங்ஙனமின்றி அதிகப்புசிப்பினும் தேகம் தடிப்பேறிக் கெடும்.

புசிப்பை அதிகச்சுருக்கினும் சப்த தாதுக்களொடுங்கி கெடும்.

ஆதலின் மரணத்திற்கேதுவாம் அஃகஞ்சுருக்காது மரணத்தை ஜெயிப்பதற்கேதுவாம் மிதாகாரம் புசித்து சதாஜாக்கிரமை யினின்று அறிவை விருத்தி செய்ய வேண்டுமென்பதே ஆப்தர்களின் கருத்தும் ஆசீருமாதலின் அஃதை அறிந்துரைத்தலே அரும் பொருளாகும்.

அறநெறிச்சாரம்

மெய் மெய் பொறையுடைமெய் மேன்மெய் தவமடக்கம்
செம்மெ யொன்றின்மெய் துறவுடைமெய்
நன்மெய் திறம்பாவிரதந் தரித்தரோடின்னும்
அறம்பத்து மான்ற குணம்

மேற்கூறிய தேகக்காப்பு மனோகாப்பு வாக்குக்காப்பாம் விரதங்களை நோக்காது சோமவார விரதம் அது போல் மங்களவார விரதம் சுக்கரவார விரதம் சனிவார விரதமென்று விருந்தினரை ஏமாற்றிப் பணஞ் சேர்க்கும் விரதம் வாரத்திற்கு நான்கு நாளிருப்பதினால் தேகங்குன்றி சீர்கெட்டு குமரபருவத்துள் நரை தோன்றி நசிப்பார்களென்று தரிகாலமுனர்ந்த ஞானத்தாய் செய்யுளிற் கூறாது வாசகத்தில் விளக்கியுள்ளாள்.

அருங்கலைச்செப்பு – இழிவொடுக்கப்பத்து

சோற்றைக் குறைத்து சொரூபத்தை தானடக்கல் மாற்றான் மதியென்றுணர்
உன்னைச்சுருக்கி வுடம்புரிக்கித் தானிருத்தல் பேணப்படுமாம் பிழை
கூற்ற னுடம்பின் குறிப் பறியாதே குறைத்தல் சீற்றச் சிறை யென்றறி
நாதனொடுங்கி னனவழிந்த முற்றுறவைப் போத முணர்ந்து புணர்.

14. கண்டொன்றுசொல்லேல்

கண்டொன்று – கண்ணினாற் பார்த்த ஒன்றைவிட்டு சொல்லேல் மற்றொன்றை சொல்லாதே என்பதாம்.

கண்ணினாற் பார்த்ததொன்றிருக்கக் காணாத மற்றொன்றை சொல்லுவதானால் அதைவிடப் பொய் வேறில்லை என்பதாம்.

ஞானத்தாய் கண்டொன்றுசொல்லேல் எனும் மொழியை வற்புருத்திக் கூறியுள்ளக் காரணம் யாதென்பீரேல் செல்காலம் நிகழ்காலம் வருங்கால மூன்றினையும் உணர்ந்தவளாதலின் வருங்கால சம்பவங்களில் சத்தியத்மமாம் மெய்யறம் நிலைகுலைந்து அசத்திய தன்மமாம் பொய்யறம் நிலைத்து காணாததையே கண்டதுபோல் பிதற்றிப் பொய்யைச் சொல்லி போசனத்திற்கலைவார்கள்.

ஆதலின் கண்ணினாற் கண்டதைவிட்டு மற்றொன்றைக் கூறாதேயென்று வற்புருத்திக் கூறியுள்ளாள்.

விவேகசிந்தாமணி

மெய்யதைச் சொல்லுவாராகில் விளங்கிடு மேலுநன்மெய்
வையக மதனைக்கொள்வார் மனிதரிற் றேவராவார்
பொய்யதைச் சொல்வாராகிற் போசன மற்பமாகும்
நொய்யவ ரிவர்களென்று நோக்கிடா ரறிவுள்ளோரே.

வளையாபதி

கல்வியின்மெயுங் கைப்பொருட்போக
நல்லில செல்லர்களானலியுற்றலும்
பொய்யில் பொய்யொடு கூடுதற்காகுந்
...யதுகடிந்தோம்புமின். (வரிகள் தெளிவில்லை)

15. நப்போல்வளை

நப்போல் தன்னைப்போல வளை மற்றவர்களையுங்சூழ வாழ்க்கைச்சுகந் தருவாயென்பதாம்.

இல்வாழ்க்கையில்தன்சுகத்தைமட்டிலும் கருதி வளைந்து ஏனையோர் சுகத்தைக் கருதாது அகற்றி வாழும் வாழ்க்கையில் தனக்கு சுகங்கெடுமாயின் ஏனையோர் அச்சுகக்கேட்டைக் கருதாது விலகிநிற்பார்கள் ஆதலின் இல்வாழ்க்கையில் வளையாபதியாய் நிற்றல் அவலோகிதர்கட் செயலும் சுற்றத்தோருடன் வளையும் பதியில் வாழ்தல் லோகயிதச் செயலுமாகும்.

அறநெறிச்சாரம்

செல்வத்தைப் பெற்றா சினங்கடிந்து செவ்வியராய்ப்
பல்கிளையும் வாடாமற் பார்த்துண்டு – நல்ல

தானமறவாத தன்மெயரே லஃதென்பார்
வானகத்து வைப்பதோர் வைப்பு.

விவேகசிந்தாமணி

தன்மானங்குலமானந் தன்னைவந்தே யடைந்தவர்க டங்கள் மானம்
என்னாகி லென்னவல்ல வெல்லவருஞ் சரியெனவே யெண்ணம்போந்து
நன்மானம் வைத்தெந்த நாளுமவர் தங்களக்கு நன்மெய் செய்வோர்
மன்மானி யடைந்தோரை காக்கின்ற வ ள் ள லெ ன வழத்துவாரே.

16. சனிநீராடு

சனி – உலோக நீர் ஊற்றில் ஆடு – தேக முழுவது மழுந்த குளித்தெழவஉம் என்பதாம்.

அதாவது பாலி பாஷையில் சனியென்னும் மொழிக்கு இருளென்றும் சனிமூலை என்னும் மொழிக்கு வடகிழக் கென்றும் சனிபிந்து என்னும் மொழிக்கு உலோகவுற்று தீர்த்தம் எனக் கூறியுள்ளபடியால் மூலபாஷையை முற்றும் உணர்ந்த மாதவி உலோகவுற்றுக்களாந் தீர்த்தமாடுதலினால் தேகத்தில் உண்டாகும் சருவரோக நிவர்த்திக்கும் ஒடதிமூலமாகும் சனிநீரில் விளையாடுங்கோளென்று கூறியுள்ளாள்.

இந்த உலோகவுற்றாம் சனிநீரின் குணாகுணத்தை உலகநாதனே தனது சங்கத்தோருக்கு கூறியுள்ளதை திருவேங் கிடமென்னும் திருப்பதியிலும் சீனதேசத்தைச் சார்ந்த கொரியா என்னும் நாட்டிலும் தீபகற்ப மென்றவற்றுள் ஒர் உலோக ஊற்றுள்ளதை நாளது வரையிலும் காணலாம்.சருவாங்க சவரம் செய்து சனிநீருள் மூழ்குவதினால் சர்வரோக நிவர்த்தி உண்டாம் என்பது சரக சாஸ்திரமூலபாடம். (சில வரிகள் தெளிவில்லை)

சூளாமணி

குற்றதோரிடுக்கண் வந்தாலுதவுதற் கதன்றாயிற்
பெற்றவிவ்வுடம்புதன்னால் பெறுபயனில்லைமன்னா

ஆங்கவேங்கடஞ் சேர்ந்தபினையகா
ணீங்கிவெங் கடுங்கானகத்திடென
வேங்குநீர்கடல் வண்ணனுக் கின்னனாம்
வீங்குவேண்டிரை வண்ணன் விளம்பினான்

சீவகசிந்தாமணி

தீராவினைதீர்க்குந் தீர்த்தந்தெரிந்துய்த்து
வாராக்கதியுரைத்த வாமன்றா னீயாரே
வாராக்கதியுரைத்த வாமன் மலர்த்துய்ந்த
காரார் பும்புண்டி கடவுணீ யன்றே.

எள்ளிநெய் கண்டுபிடித்தகாலம் கானிஷகர் என்னும் அரசனுக்கு முந்தியதும் 1000 வருஷத்திற்கு பிந்தியகாலமாகும் ஔவையார் வாசக நூலியற்றிய காலம் 1500 வருடங்களுக்கு மேற்பட்ட காலமாகும் ஆதலின் எள் நெய் தேய்த்து தலைமுழுகென்பது வாசக நுலின் காலவரைக்கும் பொருந்தாது.

சகலதேச மக்களுக்கும் எண்ணெய் ஸ்னானம் பொருந்தா தென்பது திண்ணம்.

17. ஞயம்படவுரை

ஞயம் நியாயம் பட இதயத்திலூன்றும்படி உரை – சொல்வா யென்பதாம்.

நீர் ஒதும்படியான நீதிநெறியடைந்த வாக்கியங்கள் எதிரியின் உள்ளத்தில் பட்டு உணரும்படி உரைக்கவேண்டும் என்பது கருத்தாம்.

ஓர் நியாயமுள்ளோன் கள்வனைநோக்கி அன்னியர் பொருளை அபகரிக்காதேயென்பானாயின் அக்கள்ளன் நியாயத்தை உட் கொள்ளாது கோபமீண்டு கூறியவன் களவாடானோ என்பான்.

அதேநியாயத்தைக் கள்வனைநோக்கி அப்பா நீவிர் மிக்க கஷ்டத்துடன் சம்பாதித்தப்பொருளை மற்றொருவன் அபகரித்துக் கொள்ளுவானாயின் உன்மனம் ஆறுதலடையுமோ பொருண்மீதுற்ற அவா விடுமோவென்றால் விடாது ஆறுதலடையாதென்பான் மீண்டும் அவனைநோக்கி அதுபோல் அன்னியன் பொருளையும் கருதி அவற்றை அபகரிக்காதிருப்பது

அழகன்றோ என்பானாயின் அழகென்றும் சரியென்றும் தனதுள்ளத்தில் பட்டு களவு தொழிலை அகற்றுவான்.

ஆதலின் ஓதும் நியாயமானது ஒவ்வொருவர் உள்ளத்தில் படும்படி உரைக்கவேண்டும் என்பதாயிற்று.

திரிக்குறள்

நயனீன்று நன்றி பயக்கும் பயனீன்று
பண்பிற்றலை பிரியாச்சொல்

18. இடம்படுவீடிடேல்

வீடு – மனைக்கோலுங்கால் இடம் அதனுள்ளமையுமில்லம் படுவீணேகெடும்படியாக இடேல் அமைக்காதே என்பதாம்.

வீண்டம்பத்தினால் வீட்டைப் பெருக்கக்கட்டி அதற்குத்தக்க செலவு செய்யாவிடினும் இல்லம் பாழ்படும் அதனை ஆளும் மக்களில்லாவிடில் சீர்கெடும்.

இதனை அனுசரித்தே "சிறுகக் கட்டி பெருக வாழ வேண்டும்" என்பது உம் ஓர் பழமொழியேயாம் ஆங்கிலேயர் கள் பெருகக்கட்டி பெருக வாழ்கின்றார்களே அவ்வில்லம் பாழ்படுவதற்கேதுவில்லையோ என்பாருமுண்டு தனத்தின் பேரில் வளைவெண்பது போல் வரவுக்குத்தக்க செலவு செய்யுங் கனவான்களுக்கு அஃது பொருந்துமேயன்றி செலவிற்கே போதாத வரவுள்ள ஏழைகளுக்குப் பொருந்தாவாம்.

உலகத்தில் நூறு கனவான்னளிருப்பார்களாயின் லட்சம் ஏழைகளிருப்பார்களென்பது திண்ணம். ஆதலின் பகவனது சத்ய தர்மத்தைப் பின்பற்றிய சங்கத்தோர்கள் யாவரும் தங்கள் சீர்திருத்தப்போதங்களை செல்வமற்றோர் கூட்டி சிறப்புப்பெறச் செய்வதியல்பாம்.

வீதியில் போக்கு வருத்துள்ளவர்கள் பார்த்து மெச்சவேண்டிய டம்பங்கொண்டு வீதியின்பெருந்திண்ணை சிறுந் திண்ணை நடைத்திண்ணை சார்புத்திண்ணை முதலியவை களைக் கட்டி விட்டு உள்ளுக்கு நுழைந்தவுடன் உட்காரு வதற்கிடமின்றி ஓலைகுடிசைகள் போட்டுக் கொண்டிருப்பவர் களும் உண்டு.

இதனனுபவம் கண்டோர் உட்சுவரிருக்கப் புறச்சுவரும் புசுவோரென்று கூறும் பழமொழியும் உண்டு.

இத்தியாதி டம்பச் செயல்களை அநுபவத்தில் அறிந்துள்ள ஞானத்தாய் வீணேயிடம்படும்படி வீடிடேலென்று விளக்கி யுள்ளாள்.

19. இணக்கமரிந் திணங்கு

இணக்கம் ஒருவரை யடுத்து வாழ்கவேண்டுமாயின் அறிந்து அவரது குணாகுணங்களை நன்காராய்ந்து இணங்கு நேசஞ் செய்வா யென்பதாம்.

குடும்பம் ஒன்றாயினும் அவனவன் தொழிலுக்குத்தக்க புத்தியாம் குணங்கள் வேறுபட்டு குடும்பம் மாறுபட்டுப் போவதையும் கண்டு வருகின்றோம். அதுபோல் ஒரு குடும்பத்தில் பலபேதகுணமுண்டாய் பல குடும்பமாவதைக் கண்டுள்ளோமாதலின் துற்குணமுற்ற குடும்பத்தையேனும் நேயனையேனும் அடுத்து சேர்வோ மாயின் அவர்களுக்குள்ள துற்குணச் செயல்களே நம்மெயும் நம்மெய் அடுத்தோர்களையும் பற்றி நாசத்திற்குள்ளாக்கி விடும்.

அவரவர்களின் குணாகுணங்களில் நற்குணமுற்றோர் குடும்பத்தையேனும் நேயனையேனும் அடுத்து சேர்வோ மாயின் அவர்களுக்குள்ள நற்குணச் செயல்களே நம்மெயும் நம்மெயடுத்தோர்களையும் சுகம்பெறச் செய்யும்.

திரிக்குறள்

நல்லினத்தி னுங்குந் துணையில்லை தீயினத்தி
னல்லற் படுப்பதுஉமில்

விவேகசிந்தாமணி

கற்பகத்தருவைச் சார்ந்த காகமு மமிர்த முண்ணும்
விற்பன விவேகமுள்ள வேந்தரைச் சேர்ந்தோர்வாழ்வார்
இப்புவிதன்னி லென்று மிலவுகாததிடு கிள்ளைப்போல்
அற்பரைச் சேர்ந்தோர்வாழ்வதரிதரி தாகுமம்மா

20. தந்தைதாய்ப்பேண்

தந்தை – தகப்பனையும் தாய் அன்னையையும் பேண் பாதுகாப்பா யென்பதாம்.

நாம் மதலைப் பருவத்திலிருக்குங்கால் பசியறிந்து அமுதூட்டியும் ஈ எறும்பணுகாது பாதுகாத்தும் அன்னம் ஊட்டியும் வித்தியா விருத்தி காட்டியும் சீர்பெறச் செய்தவர்களாதலின் அவர்கள் உபகாரத்தை என்றும் மறவாது.

யாதாமோர் தொழில் செய்வதற்கு ஏதுவின்றி தடியுன்றி தள்ளாடி கண் பஞ்சடைந்து பாலுங்கடைவாய்ப்பட்டு மூப்புதானமுற்றக்கால் அவர்களுக்கு வேணமுதுட்டி யாதோர் குறைவுமின்றி அதியன்பு பாராட்டி பாதுகாத்தல் வேண்டும் அத்தகைய பாதுகாத்த பிற்பலன் தன் மக்களாற் தானனுபவித்தல் கூடும் தன் மக்களைத் தான்மிக்க அன்புடன் காப்பாற்றுவது போல் தன்னையும் தன் தாய் தந்தையர் காப்பாற்றியிருப்பார்களென்று உணர்ந்து அவர்கள் மூப்புக் காலத்தில் யாதொரு கவலையும் அணுகவிடாமல் போஷிக்க வேண்டுமென்பது கருத்து.

அறநெறிதீபம்

அன்னைபிதா சுற்றத்தை அன்புமிகக் காப்பதுவும்
பின்னமறப் பெற்றோரை பிழையணுகா தோம்புதலும்
தன்மகவுந் தானுமிகு சன்மன்மா வாழ்க்கை பெறுங்
கன்மமதாம்நற்கரும காட்சியதன்பயனாகும்.

21. நன்றிமறவேல்

நன்றி – ஒருவர் செய்த நல்லுதவியை மறவேல் என்றும்

மறவாதே யென்பதாம்.

சகலராலும் இஃது நல்லுதவி நற்போதும் நல்லீகை என்றுகூறும் நன்றியென்னும் செயலால் சுகம்பெற்றும் அச்சுகத்தை அளித்தோன் செயலை மறப்பதாயின் மறுச்சுகமடைவதற்கும் அவனிடம் செல்லுவதற்கும் சங்கை முன்செய்த நன்றியாம் உதவியை மறந்தவனாச்சுதே மறுபடியும் இவனுக்கு உதவிபுரியப்போமோ என்று மறைவான் ஆதலின்

மக்கள் மற்றொருவர் செய்த தீங்குகளை மனதில் தங்கவிடாமல் நீக்கிவிடவேண்டியது ஏனென்பீரேல் அத்தீங்காகிய எண்ணங்கள் உள்ளத்தில் பதிந்து மற்றவர்களுக்கும் தீங்கிழைத்து தாங்களும் தீங்குகளுக் குள்ளாகி மாறா துக்கத்தை அனுபவிப்பார்கள்.

அதுபோல் ஒருவர்செய்த உதவியை உள்ளத்திலுன்றி செய் நன்றியை மறவாதிருத்தலால் அந்நன்றியே ஏனையோருக்கு நன்னன்றியருளி உள்ளக் களங்கம் நீங்கி சதானந்தத்தை அனுபவிப்பார்களென்பது கருத்து.

திரிக்குறள்

நன்றிமறப்பது நன்றன்று நன்றல்ல
தன்றேமறப்பது நன்று

அறப்பளீசுரசதகம்

செய்நன்றி மறவாதபேர்களு மொருவர்செய் தீமெயை மறந்தபேரும்
திரவியந்தரவரினி மொருவர்மனையாட்டிமேல் சித்தம் வையாதபேரும்
கைகண்டெடுத்த பொருள் கொண்டுபோய்பொருளாளர் கையிற் கொடுத்தபேரும்
காசியினி லொருவர்செய் தருமங்கெடாதபடி காத்தருள் செய்கின்றபேரும்
பொய்யொன்று நிதிகோடி வரினும் வழக்கழிவு புகலாத நிலைகொள்பேரும்
புவிமீது தலைபோகு மென்னினுங்கனவிலும் பொய்யை யுரையாதபேரும்
ஜயவிங் கிவரெலாஞ் சத்புருஷரென்றுலகி லகமகிழ்வ ரருமெய்மதவேள்
அநுதினமு மனதினினை தருசதுரகிரிவள் ரறப்பளீசுரதேவனே.

22. பருவத்தே பயிர்செய்

பருவத்தே – அந்தந்த தானியங்கள் விதைக்கக்கூடிய காலங் களுக்குக் காத்திருந்து பயிர் தானிய விளைவை செய் விதைக்க வேண்டு மென்பதாம். காரணம் கைப்பொருளுண்டாயின் வேண் டியபோது பருவமென்னும் விளைவுக்குத்தக்கக் காலங்களை

வாங்க இயலாது ஆதலின் பூமியைத் திருத்தி பயிரிடும் ஒவ்வோர் வேளாளனும் பயிர்களை விளைக்கக்கூடிய காலங்களை எதிர்பார்த்திருந்து விளைவிக்க வேண்டும் என்பது கருத்து.

கம்பர் ஏறெழபது

பருவத்தே கார்த்துநிலம் பண்படுத்தி பயிர்செய்து
உருவத்தாலாயபயன் வுழதுபயிர் செய்தளிக்கும்
பருவத்தான் வேளாளன் பக்குவத்தா லுல கோம்பும்
திருவத்தான் கோலதையுந் தேற்றுங்கோல் தாக்கோலே

23. மண்பறித் துண்ணேல்

மன்றுபறித்துண்ணேலென்பது மற்றுமொர் ஓலைப்பிரிதி மூல பாடம்.

மண் அன்னியனுடைய பூமியை பறித்து அபகரித்து உண்ணேல் அதில்விளை பொருளை புசியாதே யென்பதாம்.

மன்று – அன்னியர்பொருளை பறித்து – அவர்களை யறியாது வவ்வி உண்ணேல் புசியாதே யென்பது மற்றும் பாடம்.

இவ்விரண்டுவாசகங்களும் அன்னியனுடைய பொருளையோ அவனது பூமியையோ அவனை அறியாது மோசத் தினாலும் களவினாலும் அபகரித்துண்பது அக்கிரமமாதலின் சுத்ததேகத்தை சோம்பலினாலும் களவினாலும் வஞ்சினத்தாலும் வளர்க்காதே என்பது கருத்து ஈதன்றி அன்னியன் பொருளை அபகரித்து அதினால் சீவிப்போனை மற்றவர்கள் அறிந்தபோது அவனை நெருங்கி சினேகிக்கமாட்டார்கள் அவனே வந்த போதினும் வஞ் சகனென்றஞ்சி தூரவே வ்லகுவார்கள்.

மேருமந்திர புராணம்

தானத்திற் குறித்துமன்று தன்கிளைக்கீயியற்சால
வீனத்து ளுய்க்கு ளுய்க்கு நிற்கு மெச்சத்தை யிழக்கப் பண்ணும்
மானத்தை யழிக்குந் துய்க்கு மற்றவர்க் கடிமையாக்கு
முனத்து நரகத்துய்க்கும் பிறன்பொரு ளுவக்கின்மாதோ

24. இயல்பலாதன செயேல்

இயல்பு – தன்னளவில் அலாதன – செய்யக் கூடாதவற்றை செயேல் நீ செய்யாதே யென்பதாம்.

அதாவது தன்னா லியலாததும் தான் முன்பின் பாராததும் தன் அனுபவித்தில் வாராததுமாகியச் செயலைச் செய்வதானால் தேகத்தைக் கஷ்டப்படுத்துவதன்றி திரவியத்தையும் நஷ்டப்படுத்தி விடுமென்றுணர்ந்து ஞானத்தாய் இயல்பில்லாதச் செயலை செய்யேல் என்று கூறியுள்ளாள்.

ஒரு மனிதன் ஒருமணங்கு பாரம் ஏற்றக்கூடிய இயல்பு அனுபவமிருக்குங்கால் அவன் இயல்பை உணராது இரண்டு மணங்குள்ள பாரத்தை எடுத்துச் செல்லவியலுமோ ஒருக்காலும் இயலாது எடுக்கலாமென்னுந் திண்ணத்தால் எடுத்துச்சென்று கால்கழத்து முறிந்துவிழுவது திண்ணமாகும் ஆதலின் இயலுவதைச் செய்து இயலாததை யகற்ற வேண்டும் என்றுரைத்தது.

25. அரவமாட்டேல்

அரவம் சீரலுள்ள விஷப் பாம்புகளை ஆட்டேல்

மற்றவர்கள் மிரளுவதற்காக விளையாடிக் காட்டாதே யென்பதாம்.

துஷ்டர்களின் சவகாசமும் குடியர்களின் இணக்கமும் பாம்புகளின் பழக்கமும் எவ்வகையானுந் துன்பத்திற்கு ஆளாக்கி விடும் ஆதலின் கெட்டவஸ்து வென்றறிந்தும் இதனை அருந்தலும் கொடிய ஜெந்துக்களென்று அறிந்தும் அதனுடன் பழகுதலும் எவ்வகையானும் ஓர்கால் தனக்கும் பிறருக்கும் துன்பத்தை விளைவிக்கும் என்றறிந்த ஞானத்தாய் விஷ ஜெந்துக்களைக் கொண்டு பிறர் பயப்படுவிதமாய் விளையாட்டுக் காட்டாதே அது கொடுவினையாய் முடியுமென்று வற்புறுத்திக் கூறியுள்ளாள்.

விவேகசிந்தாமணி

அரவினை யாட்டு வாரு மருங்கனி ரூட்டுவாரும்

இரவினிற் றனிப் போவாரு மேரி நீர் நீந்து வாறும்
விரை செரி குழலியான வேசையை விரும்புவாரும்
அரயனைப் பகைத் திட்டாரு மாருயி ரிழப்பர்மாதோ

26. இலவம் பஞ்சிற்றுயில்

இலவம் மிகு மிருதுவாம் பஞ்சியில் பஞ்சு மெத்தையில் துயில் நித்திறைசெய்.

பருத்திப் பஞ்சு பனைப் பஞ்சு இலவம் பஞ்சு என்பற்றுள் இலவம் பஞ்சே மிக்க மிருதுவானதும் சுகுணமுள்ளதுமாதலின் இலவம்பஞ்சு மெத்தையில் துயிலென்று கூறியுள்ளாள்.

அதன் சுகுணமோவெணில் பற்பல உஷ்ண ரோகங்கட்போம் மேககாங்கையால் குடும்பப் பரம்பரையில் தோன்றும் மதுமேகம்போம் குட்டரோகத்தால் உண்டாம்.

நமைகள்போம் குழவிகளுக்குக் காணும் மலபந்தம்போம் குமரகண்ட வலிபோம் தாதுவிருத்தி உண்டாகும் ஆதலின் பொதுவாய் சுகங்கருதி இலவம்பஞ்சில் துயிலென வற்புறுத்திக் கூறியுள்ளாள்.

பதார்த்தசிந்தாமணி

பலபலவெப்பம்போகும் பற்றியமேககாங்கை
குலவரைதோன்று மேகங் குட்டத்தின் தினவுபாலர்
மலபந்தங் குமரம் நீங்கும் மன்மதநிலையுமுண்டாம்
இலவமெத்தைப்பதிந்த வில்லறமக்கட்கென்றும்.

27. வஞ்சகம்பேசேல்

வஞ்சகம் உள்ளத்தில் கெடு எண்ணத்தை வைத்துக் கொண்டு வெளிக்கு நல்லவன்போல் பேசேல் பேசாதே என்பதாம்.

அத்தகைய வஞ்சநெஞ்சமுள்ளவன் உலகத்தில் எவ்வகையாய் உலாவுவானென்னில் நஞ்சுள்ள பாம்பானது தனக்குள்ள நஞ்சுடமெ அறிந்து மற்றவர்களுக்கு பயந்து வொளிப்பதுபோல் வஞ்சநெஞ்சனும் மற்றவர்களுக்கு பயந்துலாவுவான்.

அறநெறிச்சாரம்

தன்னைத்தன் நெஞ்சங் கரியாகத் தானடங்கின்
பின்னைத்தா னெய்தானலனில்லை – தன்னைக் குடிகெடுக்குந்
தீநெஞ்சிற் குற்றவேல்செய்தல்
பிடிபடுக்கப்பட்ட களிறு.

திரிக்குறள்

வஞ்சமனத்தான் படிற்றொழுக்கம் புதங்க
ளைந்து மகத்தே நகும்.

28. அழகலாதனசெயேல்

அழகு – அந்நியர் கண்ணுக்கு ரம்மியமும் மனோரம்மியமும் அலாதன இல்லாதவற்றை சௌயுல் என்றுஞ் செய்யாதே யென்பதாம்.

அதாவது ஓர் காரியத்தை எடுத்துச் செய்யுங்கால் அக்காரிய மானது தனக்கு சுகத்தையும் நற்கீர்த்தியையும் தருவதுடன் ஏனையோர் கண்களின் பார்வைக்கு அழகாகவும் இதயத்திற்கு சுகமாகவும் விளங்கவேண்டும் என்பது கருத்து.

அறப்பளீசுரசதகம்

வாழ்மனைத்தனக்கழகு குலமங்கை குலமங்கை வாழ் வினுக் கழகு சிறுவர்
வளர்சிறுவருக்கழகு கல்விகல்விக்கழகு மானிலந் துதிசெய் குணமாம்
சூழ்குணமதற்கழகு பேரறிவு தோன்றிடி லதற்கழகுதான் துயதவவேன்மெ யுபகாரவிரதம் பொறுமெய் சொல்லறிய
பெரியோர்களைத்
தாழ்தல் பணிவிடைபுரிதல் சீலநேயங்கருணை
சாற்றுமிவை யாமென்பர்காண்
சவுரிஜன கோரமரர் முநிவர்முற்சாரணர் சரண்மென் விருகைகூப்ப
ஆழ்கட லுதித்துவரு விடமுண்ட கண்டனே யண்ணலெம தருமெய்மதவேள்
அநுதினமு மனதினினை தருசதுரகிரிவளரறப்பளீசுர
தேவனே.

நுவலடி நானூறு

குஞ்சியழகுங் கொடுத்தானைக்கோட்டழகு
மஞ்சளழகு மழகல்ல – நெஞ்சத்து நல்லம் யாமென்னு
நடுவுநிலையாமெய்க் கல்வி யழகே யழகு.

முகத்தழகு அகத்தழகு மயிரழகு யாவும் வெயில்புர்க்கும்

மஞ்சள்போலும்

புல்நுனி நீர்போலும் மறைவது திண்ணமாதலின் எத்தேசத்துள்ளோருங் கண்குளிர வாசித்துணரவேண்டிய அழகும் எக்காலும் அழியா உண்மெய் உணர்த்தும் மெய்கல்வியாம் கலைநூற்களின் அழகே மிக்க சிறப்புற்றதாதலில் அத்தகைய அழகினை உலகோர்க்கு சிறக்கச்செய்யாது அழகலாதனவற்றைக் செய்தல் வீணே என்பது கருத்தாம்.

29. இளமெயிற்கல்

இளமெய் தேகம் இளத்தையாம் பச்சை பருவத்திலேயே கல் கலைநூற்களை உள்ளத்துணர்த்து மென்பதாம்.

பச்சை பருவத்தினின்று பாலப்பருவம் குமரப்பருவம் வளருவதுபோல் கல்வியாம் கலைநூல் கற்றலாம் கலையென்னும் சந்திரன் நான்காம்பிறை ஐந்தாம்பிறை என வளர்ந்து பூரணச்சந்திரன் என்பதுபோல் தேகம்வளரும் போதே கலைநூற்களாம் நீதிநுற்களின் பழக்கத்தால் சிற்றறிவென்னும் பெயரற்று பேரறிவு வளர்ந்து பூரணம் பெறுவானென்னும் அன்பின் மிகுதியால் இளமெயாம் பச்சைப்பருவத்திலே கலைநூற்களைக் கல்லென்று கூறியுள்ளாள்.

கல்லாடம்

நிலைதனிற்சலியா நிலைமெயானும்
பலவுலகடுத்து வொருதிறத்தானும்
நிறையும் பொறையும் பெறுநிலையானும்
குறையாவள்ளற் கொடுகரத்தானும்
தவமு மன்பும் சைலத்தருளி
வவுழந் திருவு முந்தினோன்றானும்
பலதுறை முகத்தொடு பயின்ற கோனும்

தலமுறை சீலந்தாக்கிய வளனுந்
தருதலிற் சீல முகத்தொடு தாகிய
வருபவர்க் குலகோ பிறை மூன்றருளி
திருமகள் முடித்த சிலையின்னும்
புண்ணியக் கல்வி வுண்ணுணர் மாக்கன்
கண்ணுஞ் செவியுங் காரணங்கொண்டு
குடக்குசேரர்க் கிடைத்த மதிநிதி
யுடைத்த பதிமலி திருமுகங் கூறி
யன்புருத்துதவி னின்புறுபாணன்
பொன்“னிதி கொடுகென புறவிடுத்தருளு
மாதவர் முதல்வன் வள்ள லிறைவன் னிருசரன் பெறுகுணர்போல
பெருமதி நீடுவர் சிறுமதி நுதலே.

(ஓரிரு வரிகள் தெளிவில்லை)

30. அறனைமறவேல்

அரனை – அறவாழிக்கடவுளாம் புத்தபிரானை மறவேல் என்றும் மறவாதேயென்பதாம்.

புத்தபிரான் புவியில் உலாவியகாலத்தில் தன்னைத் தொழுவுங்கள் என்றாயினும் தன்னை மறவாதிருங் களென்றா–யினும் அவர் நாவினாற் கூறாதிருக்க நமது ஞானத்தாய் ஔவையார்மட்டிலும் அறனை மறவாதிருங்கோளென்று கூறியக் காரணம் யாதென்பீரேல் அறனை சிந்திக்குங்கால் அறன் மொழிந்த பொருள் முற்றுஞ் சிந்திக்க யேது உண்டாகும். அத்தகைய சிந்தனா முயற்சியால் உண்மெய்ப் பொருள் விளங்கி துக்க நிவர்த்தி உண்டாகி சுகவாரி என்னும் நிருவாணத்தை அடைவார்கள் அப்பரிநிருவாணமே பிறவிச் சமுத்திரத்தைக் கடந்து நித்திய சீவினராய் சதானந்தத்திலிருப்பார்கள் என்பது சத்தியமாதலின் சத்தியமாம் அறனை என்றும் மறவேலென்று வற்புறுத்திக் கூறியுள்ளாள்.

அருங்கலைச்செப்பு – அறனார் பத்து

அறனன் றவித்த வாய்மெயாம் நான்கும்
பிறவி கடல் கடக்கும் பேழ்

சீவகசிந்தாமணி

வந்துதான் கூறிய வில்வாய்மொழியுமன்றி
முந்து வறன் மொழிந்த பொருண்முற்றும் கைநாடி
புந்துபுடைப்பாணியெனப் பாயுங்கலிமான்றே ரெந்தை திறமுள்ள முணர்ந்தின்னணம்விடுத்தேன்.

31. அனந்தலாடேல்

அனந்தல் அதிக வெள்ளப்பெருக்கத்தில் ஆடேல் நீ நீந்தி விளையாடாதே ஆறுகளில் உண்டாகும் பெருவெள்ளப் போக்கில் நீந்திவிளையாடுவதினால் அனந்தலாம் நீர் ததும்பலிலும் சுழலிலும் சிக்குண்டு கைகால்கள் உயர்ந்து உதவியற்று வீணே மடிவதற்கேதுவாகும் ஆதலின் அனந்தலாம் வெள்ளப்போக்கில் விளையாடலாகாதென்பது கருத்து.

அனந்தனென்பதின் பொருள் சிவன் மால் மிக்கோன் நிராயுதன் அருகனென்றுங் கூறத்தகும்

அனந்த மென்பதின் பொருள் மிகுதி சேடமெனக் கூறத்தகும்

அனந்தலென்பதன் பொருள் நீர் ததும்பிய வெள்ளப் போக் கென்று கூறத்தகும்

பாலிபாஷையில் அனந்தலென்னும் மொழிக்கு வெள்ளம் பேரலை நீர்வேகமெனப் பொருளளித்திருக்கின்றார்கள்.

திரிபிடகம் திரிக்குறள் திரிமந்திரம் திரிகடுகம் திரிவாசகம் முதலிய நூற்களில் பாலிமொழிகளே மிக்க மலிவுள்ளது கொண்டு அனந்தலென்னும் மொழிக்கு வெள்ளமென்னும் பொருளை விவரித்துள்ளோம்.

அனந்தல் என்பதற்கு நித்திறை என்னும் பொருள் கூறுவா ராயின் அனந்தலாடேலென்னும் வாக்கியத்திற்கு நித்திறை வாடாதே என்னும் பொருளைத் தரும் அங்ஙனமின்றி அதி நித்திறை செய்யாதே கொஞ்ச நித்திறை செய்யென்னும் பொருள் மொழிக்கு முற்றும் பேதமேயாகும்.

32. கடிவதுமற

கடிவது – ஒருவரைக் கொடுமொழியால் கடிந்துபேசும் வார்த்தையை மற நீ எக்காலும் பேசாதே என்பதாம்.

முகம் கடுகடுத்தும் வாக்கால் சிடுசிடுத்தும் பேசுவதானால் தனது மனைவிமக்களுக்கு வெறுப்புண்டாவதன்றி குடும்பத்து வேஷியென்னும் பெயர் பெற்று திருவெண்ணும் அருளும் அகலும் என்பது கருத்தாம்.

ஆதலின் ஒருவரைக் கடிந்து பேசவேண்டிய காலம் நேரினும் அவ்வாக்கை மருதுவாகவும் நியாயவாயலிலும் உபயோகிப்பதாயின் மானுஷீக தருமத்தையும் அதன் சிறப்பையும் விளக்கும்.

நீதிவெண்பா

மென்மதுரவாக்கால் விரும்புஞ் சகங்கடின
வன்மொழியினாலிகழ மண்ணுலகு – நன்மெசே
ரோதுகுயி லேதங் குதவியது கந்தபந்தா (தெளிவில்லை)

33. காப்பது விரதம்

காப்பது – உனக்குள்ள நல்லொழக்கங்களை நிலைக்கச் செய்தல் விரதம் உடற்காப்பேயாம்.

அதாவது ஒவ்வோர் மனிதனும் உலகத்தில் சுகமாக வாழவேண்டுமாயின் தேகக்காப்பு வாக்குக் காப்பு மனோகாப் பென்னும் தன் தேகத்தால் மற்றய சீவராசிகளுக்குத் துன்பஞ் செய்யாமல் காப்பதும் தன் வாக்கினால் மற்றோரை மனநோகப் பேசுவதுலும் தீங்குண்டு செய்தலுமாகிய சொற்களைச் சொல்லாது காப்பது தன் மனதில் மற்றவர்களுக்குத் தீங்கு விளையக்கூடிய எண்ணங்களை எண்ணாமலும் உள்ளத்தில் கபடு சூது வஞ்சினமிவைகளை அணுக விடாமலும் காப்பதும் விரதமென்னப்படும்.

அறநெறித்தீபம்

பொய்யகற்றி மெய்புகலும் போதரடி போற்றுதலும்
வையகத்தோ ரென்றுமிகு வாழ்த்தி சுகமேற்றுதலுந்

துய்யனென் சீவனெலாந் தொண்டுநிலை யாற்றதலும்
உய்யுமுடல் வாக்குமனக்காப்பதனின் பலனாகும்.

34. கிழமெய்ப் படவாழ்

கிழமெய் அறிவு முதிர்ந்தோன் பட – என்று சொல்லும் படியாக வாழ் உன் வாழ்க்கையை சீர்பெறச் செய்யும் என்பதாம்.

அறிவு மிகுத்த ஞானிகளையே கிழவரென்றும் கிழமெய் என்றும் கிழமெய்யரென்றும் மூத்தோரென்றும் மூத்தரென்றும் அறநூற்கள் முறையிடுகின்றபடியால் நமது ஞானத்தையும் கிழமெய்ப்படும் வாழ்க்கையால் முத்தனாகக் கடவாயென்று வற்புறுத்திக் கூறியுள்ளாள் கிழமெய் என்பது முதிர்ந்தோர் மூத்தோர் மிக்கோரென்னும் பொருட்களின் ஆதாரங் கொண்டு புத்தபிரானையும் கிழவனென்றே வழங்கி வந்தார்கள்.

சூளாமணி

ஆதியங் கடவுளை யருமறை பயந்தனை
போதியங் கிழவனை புமிசை யொதிங்கினை
போதியங் கிழவனை புமிசை யொதிங்கிய
சேதியென் செல்வனின் றிருவடி வணங்கினம்.

மேருமந்திரபுராணம்

மண்ணினுக்கிறை மெய்ப்புண்டான்
மன்னனை சயந்தனென்றே திண்மிர சரைந்து பின்
சிறப்போடு

(இங்கு சிலவரிகள் தெளிவில்லை)

குடிவாரம் நிலவாரம் என்பதும் குடிக்கிழமெய் நிலக்கிழமெய் என்பதும் ஓர் பலனைக் குறித்த மொழிகளாகும் அப்பலன் பிரிதி பலனைக் கருதாது ஈயும் பரோபகாரப் பலனாயுளதேல் அத்தேகியை கிழவன் மூர்த்தோன் மூப்பன் என்னும் சிறப்புப் பெயரால் அழைத்து வந்தார்கள் இதை அனுசரித்து நமது ஞானத்தையும் உனது வாழ்க்கையில் கிழமெய்ப்பட வாழ்கவென்று வற்புறுத்திக் கூறியுள்ளாள்.

35. கீழ்மெயகற்று

கீழ் தாழ்ந்த செயலுக்குரிய மெய் தேகி என்று சொல்லுதற் கிடங்கொடாது அகற்று – நீங்கி நில்லெண்பதாம்.

அதாவது உனது உருவை மற்றொருவன் கண்டவுடன் ஆ இவன் வஞ்சகன் குடிகெடுப்போன் பொருளாசை மிகுத்தோன்" கள்ளன் கொலையாளி குடியன் வியபசார மிகுத்தோன் பொய்யனென்னும கீழ்மகன் இவனென உன்னை மற்றொருவன் அகற்றுதற் கிடங்கொடாது நீயே அக்கீழ்மகன் செயற்களை அகற்றும் என்னும் கருத்தை பின்னிட்டு கீழ்மெயகற்றும் என்று முன்னிட்டுக் கூறியுள்ளாள்.

கீழ்மக்கள் மேன்மக்களென்னும் பெயர்கள் இத்தகையச் செயல்களால் தோற்றியவைகளேயாம்.

வளையாபதி – தீவினையச்சம்

கள்ளன்மின் களவாயின யாவையுங்
கொள்ளன்மின் கொலைகூட்டி வருமற
மெள்ளன் மின்னில ரெண்ணியாரையு
நள்ளன்மின்பிறபெண்ணோடு நண்ணன்மின்

மேருமந்தரபுராணம்

பொய் கொலை காமம் புலை சூதுகள்ளகற்றி
மெய்யறத் திசையினோடு பொருளினை வரைந்துமேனி
நையினும் வதங்கணையா வகையினா நாகராசன்
சய்யமா சய்யமத்தின் றலைநின்றார் போலச் சென்றார்.

36. குணமது கைவிடேல்

குணம் உமக்கு தோற்றிய சுகம் அது – அதினாலாய தென்றறிந்து கொள்ளுவாயாயின் கைவிடேல் அவற்றை நழுவ விடாதே யென்பதாம் அதாவது நீவிர் புசித்த அவுடத்தினால் வியாதி நீங்கிவரும் குணத்தை சுகநிலையில் காண்பாயாயின் அதை கைவிடாமல் புசிப்பாயாக.

புசித்துவரும் பதார்த்தங்களில் சுகநிலை தோற்ற

குணமுண்டாயின் அவற்றையும் கைவிடேல் நீவிர் ஆதுலர்க்கு அளிக்கும் அன்னதானத்தாலும் அறஹத்துக்கு அளிக்கும் போஷிப்பினாலும் அன்னியரைக் காக்கும் ஆதவினாலும் உமக்குண்டாய சுகுணநிலையால் உற்றச் செயலைக் கைவிடேல் உம்மால் மற்றவர்களுக்குப் போதிக்கும் நற்போதக விருத்தியால் தாமும் அப்போத நிலையினின்று சொற்சுககுணங் காண்பீராயின் அவற்றையும் கைவிடேலென்பதாம்.

தனக்கும் பிறருக்கும் சுகுண முண்டாகச் செய்தல் நியாய குணமும் தனக்கும் பிறருக்கும் அசுகுணம் உண்டாகச் செய்தல் தீயகுணமுமாதலின் எக்காலும் தீயகுணங்களை அகற்றி நியாய குணங்களை நிரப்புவதே நீதிநெறியினிலை களாம் நீதிநெறி நிறைந்தவர்களையே மக்கள் எக்காலும் நாடிநிற்பர்.

அறப்பளீசுரசதகம் குணங்காண் குறி

கற்றோர்களென்பதை சீலமுடனே சொலுங் கனவாக்கினா லறியலாம்
கற்புளோரென்பதை பார்க்கின்றபார்வையொடு கானடை யினாற் காணலாம்
அற்றோர்களென்பதனை யொன்றினும் வாரா வடக்கத்தினா லறியலாம்
அறமுளோரென்பதைப் புததயையென்னுநிலையதுகண்டு தானறியலாம்
வித்தோங்கு பயிரை கிளைத்துவரு துடியினால் விளையு மென்றே யறியலாம்
வீரமுடையோரென்ப தோங்கிவரு தைரிய விசேஷத்தினா லறியலாம்
அத்தர் குணத்தினால் குலநலந் தெரியலாம் அண்ணலெம தருமெய்மதவேள்
அநுதினமு மனதிநினை தருசதுர கிரிவளரறப்பளீ சுரதேவனே.

தனக்குண்டாய குணத்தையும் ஏனையோர் குணத்தையும் ஆராய்ந்து அதன் சுகுணத்தை அறியவேண்டில் ஒர்குடும்பத்தையே குலமென்று கூறுவர் அக்குடும்பத்தோர் ஊர்குடி கெடுப்போரும் வஞ்சினத்தோருமாயிருப் பார்களாயின் அக்குடும்பத்தில் பிறக் கும் பிள்ளைக்கும் அத்தீயகுணங்கள் உண்டாகும்.

அத்தகைய தீயகுணங்களாலும் செயல்களாலும் அவர்கள் அடையும் துக்கத்தின் பேரவாவாலும் கண்டறியலாம்.

மூதுரை

நீரளவே யாகுமாம் நீராம்பல் தான்கற்ற
நுலளவே யாகுமாம் நுண்ணறிவு – மேலைத் தவத்தளவே
யாகுமாம் தான்பெற்ற செல்வங்
குலத்தளவே யாகுங் குணம்

குலமென்னும் ஓர் குடும்பத்தில் வஞ்சின மிகுத்திருக்கு மாயின் அக்குலத்து சிறுவர்களுக்கும் அக்குணமே மிகும் குலமெண்ணும் ஓர் குடும்பத்தில் பொருளாசை குடிகெடுப்பு களவு மிகுந்திருக்குமாயின் அக்குலத்து சிறுவர்களுக்கும் அக்குணங்களே மிகும். (சிலவரிகள் தெளிவில்லை)

37. கூடிப்பிரியேல்

கூடி – ஒருவரை நேசித்து பிரியேல் அவரைவிட்டு நீங்காதே என்பதாம் அவரவர்களுக்குள்ள தீயகுணங்களையும் நியாய குணங் களையும் நன்காராய்ந்து நியாயமிகுத்தோர்போல்நேயம்புரிந்து அவர்களைக் கூடிப்பிரிவதாயின் தீயகுண நிலையே நியாய குணத்தோடு நிலைக்கவிடாது அகற்றிய தென்பது கருத்தாகும்.

ஆதலின் நல்லோரை அடுத்து அவர்களுடன் கூடி நல்லுணர்ச்சி மிகுங்கால் அவர்களை விட்டுப் பிரியேலென்று கூறியுள்ளாள். (சிலவரிகள் சிதைந்து போயின)

38. கெடுப்பதொழி

கெடுப்பது – மற்றோர்குடிக்கு கேடுண்டாக்குதலை ஒழி – அகற்றிவிடும் என்பதாகும். கெடு எண்ணத்தையம் கெடு தொழிலையும் ஒழித்து வாழவேண்டிய காரணம் யாதெனில் தனக்குள் தோன்றுங் கெடு எண்ணத்தின் விரிவே தன்னுள்ளத்திற் கொதிப்பேற்றி சுடுவதுடன் தன்னை அறியாமலே வாழைப்பழத்தில் ஊசி நுழைவதுபோல் நுழைந்து கெடுத்து விடும். தன் சுகத்தை நாடுகிறவன் தனக்குள் தோன்றுங் கெடு எண்ணத்தினரிவே தன்னுள்ளத்தில் (சிலவரிகள் தெளி வில்லை)

எதிரியின் சுகத்தையும் கோறல் வேண்டும் அங்ஙனமின்றி தன் சுகத்தை நாடி எதிரியின் சுகத்தைக் கெடுப்‘‘பதாயின் அக்கேட்டின் பலனே தனக்குங் கேட்டையுண்டு செய்யுமாதலின் கெடுப்பதொழியென்னும் வாசகத்தை சுருக்கி கூறியுள்ளான். (பாடல்கள் தெளிவில்லை)

39. கேள்விமுயல்

கேள்வி – உனது செவிகளால் அறநெறி வாக்கியங்களைக் கேட்பதற்கு முயல் முயற்சியிலிருமென்பதாம்.

புர்வம் வரிவடிவாம் அட்சரங்கள் இல்லாத காலத்தில் புத்தபிரானால் போதித்த திரிபேத வாக்கியங்களென்னும் திரிபீடமாம் சப்பரபஸ்ஸ அகரணம் குஸஸஸ வுபசம்பதா சசித்தபரியோதபனம் எனும் பாபஞ்செய்யாதிருங்கள் நன்மெய்க் கடைபிடியுங்கள் உங்கள் இதயத்தைத்தி செய்யுங் கோள் என்னும் மூன்று பேதவாக்கியங்களையே ஒருவர் சொல்லவும் மற்றவர்கள் கேட்கவுமாயிருந்தபடியால் சுருதியென்று வழங்கிவந்தார்கள் இத்தகைய தீநெறிகளமைந்த சுருதிமொழிகளைக் கேட்டலும் அதன் அந்தரார்த்தங்களை சிந்தித்தலும் தான் சிந்தித்துணர்ந்தவற்றால் தெளிதலும் தெளிவால் துக்கநிவர்த்தியடைதலுங்கொண்டு வரிவடிவ அட்சரங்களுள்ள சகடபாஷையும் சமஸ்கிருதமும் திராவிட பாஷையாந் தமிழும் புத்தபிரானால் இயற்றி அவர் போதித்துள்ள நீதிநெறிகள் யாவும் அட்சரவடிவிற் பதிந்துள்ள போதினும் செவிச்செல்வமாங் காதுகளினாற் கேட்டுணர்வதே தெளிவாதலின் ஞானத்தாயுங் கேள்விமுயல் என்று கூறியுள்ளாள்.

இவற்றை அனுசரித்தே நாயனாரும் தனது திரிக்குறளில் செவியால் கேட்டுணராத மக்கள் உலகில் இருந்தென்ன போயென்ன என்னும் பயனற்ற உலகின் நிலையை ஊட்டி யுள்ளார்:

செவியிற்சுவையுணரா வாயுணர்வின் மாக்க
ளவியினும் வாழினு மென

இத்தகையக் கேள்வியில் புத்தாகமங்களை உணராதோரும் ஞான போதங்களைக் கேட்காதோரும் வினையின் பயன்களை உணராதோரும் சொல்லும்படியான போதகங்கள் யாவும் குருடனுக்குக் குருடன் வழிகாட்டுவன ஆதலின் தங்கள்

வயிற்று சீவனத்திற்காயப் பொய்யைச் சொல்லித் திரிவோர் போதனைகளைச் செவிகளிற் கேளாது மெய்க்குருக்கள் போதகங்களை செவியாறக் கேட்டுத் தெளிவதே கேள்வியாம்.

பழமொழி விளக்கம்

அருண்மிகுத்த வாகமநுல் படித்தறியார்
கேள்வியொன்று மறியார் பின்னும்
இருவினையின் பயனறியார் குருக்களென்றே
யுபதேசம் எவர்க்“குஞ் செய்வார்
வரமிகுத்த தண்டலைநீ நெறியாரே
யவர்க்கிரியை மார்க்கமெல்லாங்

பொருள் சம்பாதிக்கும் உபாயத்தைக் கருதிபொய்ச்சொல்லி வஞ்சிக்கும் அஞ்ஞான குருக்களின் கேள்வியில் முயலாமல் பொருளாசையற்று கண்டிப்பான நீதிநெறிகளைப் புகட்டும் மெய்ஞ்ஞான குருக்களின் கேள்வியில் முயலவேண்டு மென்பது கருத்தாம்.

40. கைவினைகரவேல்

கைவினை – உனது கைத்தொழிலாஞ் செயலை கரவேல் கைசோர்ந்து பின்னிடையச் செய்யாதே என்பதாம்.

அதாவது – கைவினையாம் செய் தொழிலில் மேலும் மேலும் அறிவினை விருத்திசெய்து முன்செய்யும் பொருளினும் பின்செய்யும் பொருட்கள் சிறப்புக்குன்ற தோற்றுமாயின் அப்பொருள் நாளுக்குநாள் சிறப்புக் குன்றுவதுமன்றி செய்தொழிலால் கைவினையுங் கரந்து பாழடைந்துபோம்.

ஆதலின் செய்தொழிலை நாளுக்குநாள் சிறப்படையச் செய்யவேண்டுமேயன்றி ஒளித்துக் குன்றலாம் கரவேலென்று கூறியுள்ளாள்.

எடுத்த கருமத்தை சீர்பெற முடிக்கும் முயற்சியே சிறப்பைத்தரும் அங்ஙனமின்றி செய்தொழிலிற்சூதும் செய் தொழிலிற்களவும் செய்தொழிலிலி வஞ்சமும் உண்டாயின் இழிதொழிலாற் சகலராலும் இகழ்ச்சியுண்டாம்.

பழமொழி விளக்கம்

இதுகரும மிதனாலே யதைமுடிப்ப தெனத்தொழிலை யெண்ணிச்செய்தால் அதுகருமம் பாராமற் றிருடியுமள் ளியும் பிரட்டா யலைவதெல்லாம் மதியணிந்த தண்டலையார் வளநாட்டில் நீராடு மாதர்தங்கள் முதுகினைத் தேயெனச்சொன்னால் முலைமீது கையையிட்ட முறையீதாமே.

ஆதலின் செய்தொழிலாம் கைவினையானது அறம் புகழ் நேயம் மூன்றிற்கும் ஆதாரமாயிருத்தல்வேண்டும்.

திரிக்குறள்

துணைநல மாக்கந் தருஉம் வினை நலம்
வேண்டிய வெல்லாந் தரும்.

41. கொள்ளைவிரும்பேல்

கொள்ளை பொருட் கொடுத்து கொள்ளாத பொருளை விரும்பேல் நீ ஆசை வையாதே என்பதாம்.

முதலீய்ந்து கொள்ளாதப் பொருளே கொள்ளை என்று கூறப்படும் அத்தகையாய கொள்ளை என்று கூறப்படும் அத்தகைய கொள்ளை கொடுத்தோன் மனங் குமுறவும் தேகம் பதரவும் அவன்பொருளை விரும்புவதினால் விரும்பினோன் பொருளை அவனை அறியாது மற்றொருவன்கொள்ளைக் கொள்ளுவான் என்பது அநுபவமாதலின் அன்னியன் பொருளை அபகரிக்க விரும்பாதே என்பது கருத்தாம்.

வளையாபதி

பீடிற் செய்திகளாற் களவிற் பிறர்
வீடிற் பலபொருள் கொண்ட பயனென கூடிக்காலொடு கைகளைப் பற்றிவைத்
தோடிலின்றி யுலையக் குறைக்குமே

சீவகசிந்தாமணி

(பாடல் தெளிவில்லை)

42. கோதாட்டொழி

கோது – உன்னை குற்றத்திற் காளாக்கும் ஆட்டு – விளை யாட்டை ஒழி – எக்காலும் நீக்கிவிடும் என்பதாம்.

தன்னைத்தானே குற்றத்திற்கு ஆளாக்கிவிடும் விளையாட்டுகள் யாதெனில் கள்ளினைக் கூடி குடிக்குங் களிவிளையாட்டும் மற்றவன் பொருளை அபகரிக்க சுருங்கி விளையாடும் சூது விளையாட்டும் அடுத்த உறவோர்கள் முன்னிலும் அதிகாரிகள் முன்னிலும் குற்றவாளியாக ரூபிக்கும் ஆட்டத்தை விளையாடேல் என்று கூறியள்ளாள்.

அறநெறிதீபம்

சூதுடனே கள்ளருந்துந் தொல்லை விளையாட்டகற்றி
ஆதுலர்க்கே யன்னமளித்தானந்தமாடுதலும்
தீதகற்றி யெஞ் ஞான்றுந் தேவனென போற்றுதலும்
போதி நிழல் வீற்றிருந்தோற் போதறத்தின் பயனாகும்.

43. சக்கரநெறிதல்

சக்கர – அறவாழியாம் தருமசக்கர நெறி – ஒழுக்கத்தில் நில் நிலைத்திரு மென்பதாம்.

புத்தபிரான் அரச புத்திரனாகத் தோன்றி சத்திய தன்மத்தைப் போதித்த படியால் அதனைக் கோனெறி என்றும் அஃது சகலருக்கும் பொதுவாய தன்மமாதலின் அறநெறி என்றும் அவர் உலகமெங்கும் சுற்றி அறக்கதிராம் சத்திய தன்மத்தை விளக்கிய படியால் சக்கர நெறி என்றும் வழங்கி வந்தார்கள்.

மணிமேகலை

தருமசக்கரம் உருட்டினன் வருவோன்
அறக்கதிராழி திரப்பட வுருட்டிய காமறகடந்த வாமன்பாதம்.
பொன்னணிநேமி வலங்கொள்சக்கரக்கைமன்னுயிர்
முதல்வன் மகனெமக்களித்த
எண்ணருஞ்சக்கர வாளமெங்கனும் அண்ணலறக்கதிர்

விரிக்குங்காலை

திரிபேதம் என்றும் திரிபீடம் என்று வழங்கிய சுருதி மொழிகளை கலைநூற்களில் வகுத்து பாநெறி என்றும் அரசர்கள் செவ்வியக்கோல்வழியில் வகுத்து கோனெறி என்றும் பொதுவாய நீதிநெறியில் வகுத்து நீநெறி என்றும் போதித்துள்ளவற்றில் உலகெங்குஞ் சூழ்ந்துள்ள சருவசீவர்கண்மீதுங் கருணை வைத்துக் காக்கும் நெறியே விசேஷ நெறியாதலின் நமது ஞானத்தாய் சக்கரநெறிநில்லென வற்புறுத்திக் கூறியுள்ளாள்.

சீவகசிந்தாமணி

நுவனெறி வகையி நோக்கி நுண்ணுதினுழைந்து தீமெய்
பானெறி தழவிநின்ற குணத்தொடு புணரின்மாதோ
நீனெறி வகையினின்ற நல்லுயிர்க் கமிர்தமென்றான்
காக்கைபாடியம்
பக்குவஞானம் பகர்ந்தருள்போதன்
மிக்கவர்க்கீய்ந்த மேதினி தன்ம
சக்கரநெறியிற் சேர்ந்தவர்க்கென்றுங் கைக்கிளை காமக் காரணுகாவே.

44. சான்றேரினத்திரு

சான்றோர் சகலராலும் நன்குமதிக்கும் இனத்து கூட்டத்தாரிடத்து இரு – சேர்ந்து வாழக்கடவா யென்பதாம்.

சான்றோர் என்போர் சகலமக்களாலும் மேலோர் மேதாவியர் என்று சாற்றுதற்கு உரிய மேன்மக்களாகும் சாந்த மிகுத்தோர்களேயாவர். சுகல நற்கிரித்தியங்களுக்கும் சான்றாகும் மேன்மக்களாம் நல்லினத்தோரை அடுத்து வாழ்வதினால் தனக்குள்ள பொய்யும் களவும் கொலையும் காமமும் வெறியுமற்று மெய்யும் ஈகையும் காருண்யமும் சாந்தமும் நிதானமும் பெருகி நிருவாணமார்க்கமும் சுருக்கமாக விளங்கும்.

ஈதன்றி தன்னையீன்ற தாயானவள் எக்காலும் அன்பு கொண்டொழுகு பவளாயினும் உமது புத்திரன் மேன்மக்களாம் விவேகிகளை அடுத்து கலைநூற்களை கற்று சாந்தரூபியாய் சகலராலும் நல்லோன் என்று சாற்றுதற்குரியவனாயிருக்

கின்றான் என்று கேள்விப்பட்டவுடன் ஈன்றாள் அகமகிழ்வையும் அன்பையும் சொல்லத்தகுமோ ஒருவராலுஞ் சொல்லத் தரமன்றாம் ஆதலின் நல்லினத்தைச் சார்ந்தொழுகுஞ் சாட்சியே நன்றென்று கூறியுள்ளாள்.

திரிக்குறள்

ஈன்ற பொழதிற் பெரிதுவக்குந் தன்மகனை
சான்றோனெனக் கேட்ட தாய்

குமரேசசதகம் நல்லிணஞ்சேர் பயன்

சந்தனவிருட்சத்தை யண்டிநிற்கின்ற பல தருவுமவ்
வாசனைதரும்
தங்கமகமேருவை யடுத்திடுங் காக்கையுஞ்
சாயல்பொன்னிறமே பெறும்
பந்தமிகு பாலுட னுடைந்த தண்ணீரெல்லாம் பால்போல்
நிறங்கொடுக்கும்
படிகமணி கட்குளே நிற்கின்ற வடிவுமப் படியே
குணங்கொடுக்கும்
அந்தமிகு மரகதக் கல்லைத் தரித்தடி லடுத்ததும் பசியநிறமாம்
ஆனபெரியர்களோடு சகவாசம துசெய்யிலவர்கள்குணம்
வருமென்பர்காண்
மந்திரநெடு கிரியைமுன் மத்தாய்கடைந்தவரின்
மருகமெய்ஞ்ஞான குரவா
மயிலேறி விளையாடு குகனேபுல் வயநீடு மலைமேவு
குமரேசனே.

45. சித்திரம் பேசேல்

சித்திரம் பொய்யாகிய வார்த்தைகளை மெய்போல் அலங் கரித்து பேசேல் நீ என்றும் பேசாதேயென்பதாம்.

அதாவது தன் கண்ணினாற் காணாததைக் கண்டதுபோல் அலங்கரித்துப் பேசுதலும் தன் செவியினாற் கேளாததைக் கேட்டதுபோல் அலங்கரித்துப் பேசுதலும் தன் நாவினால் உருசிக்காததை உருசித்ததுபோல் அலங்கரித்துப்பேசுதலும் தன் நாசியினால் முகராததை முகர்ந்ததுபோல் அலங்கரித்துப் பேசுதலும் தன் உடல் பரிசிக்காதவனற்றை பரிசித்ததுபோல்

அலங்கரித்துப் பேசுதலும் மனமுற்றுச் சொல்லும் பொய்யாதலின் அப்பொய்யே மேலுமேலுந்திரண்டு உண் மெய்யை மறைத்து உலகபந்தத்திற் சிக்கி மாளா துன்பத்திற்கு ஆளாக்கிவிடும் .ஆதலின் தான்சொல்லும் வார்த்தைகள் பொய்யென்று அறிந்தும் மனசாட்சி உண்டென்றும் அஞ்சாது அப்பொய்யையே மெய்போல் அலங்கரித்துப்பேசுதலிலும் வாய்மெய்க்கேடு வேறில்லை என்பதாம்.

ஈதன்றியும் ஔவையாகிய ஞானத்தாய் முக்காலமும் உணர்ந் தவளாதலின் வருங்காலத்தில் ஔவையார் அவசரப்புசை செய்ய வேண்டா மென்றுங் கூறி தனது துதிக்கையாலெடுத்து கயிலாயத்தில் விட்டுவிட்டா ரென்னுந் சித்திரவார்த்தையாம் கற்பனைக்கதையைக்கட்டிவிடுவார்கள்அத்தகைய பொய்யாகும் கட்டுக்கதைகளில் மெய்யுணராது மேலுமேலுந் துக்கத்திற்கு ஆளாவர் என்றுணர்ந்த ஞானத்தாய் சித்திரம் பேசேலென்று வற்புறுத்திக் கூறியுள்ளாள்.

காக்கை பாடியும்

முத்திர மாய்ந்த மூதறிவாளர்
குத்திரமிய்யுங் கோடுரையாது
சித்திரங்கூறி சீரழியார்க
ளெத்திரத்தாலு மெய்துவர் வீடே.

46. சீர்மெய் மறவேல்

மெய் தேகத்தை சீர்சுத்தி செய்யும் விஷயத்தில் மறவேல் ஒருக்காலும் மறவாதே யென்பதாம்.

சீர்மெய் என்பதின் இலக்கணம் மெய் சீராதலின் புறமெய்ச்

சீராம் தேகச்சுத்திகரிப்பால் தெளி நிலையும் விவேக விருத்தியுமுண்டாவதன்றி இதயசுத்தத்திற்கும் ஏதுவுண்டாம் அத்தகைய இதயசுகத்திலேயே சகல சுகமும் விளங்குகிற படியால் அவற்றிற்கு மூலகாரணமாம் புறமெய்ச்சீரென்னும் சீர்மெயாதலின் தேக சுத்தத்தை திடம்பெறக் கூறியுள்ளாள்.

பிரிட்டிஷ் ஆட்சியோராய் நமது தேசத்தை அரசாண்டுவரும் ஆங்கிலேயர்கள் வெண்மெய் நிறத்தால் சுத்த தேகிகளாகவும் எக்காலுந் தங்கள் தேகத்தை சுத்திகரிப்பவர்களாகவும் சுத்த

உடையை உடையவர்களாகவுந் தோன்றியபடியால் அவர்களை சீர்மெய்யர் சீர்மெயோரென்று இத்தேசத்தோர் வழங்கிவந்த வார்த்தையைக் கொண்டு இவர்கள் காணாத ஐரோப்பா தேசத்திற்கு சீர்மெய் என்னும் பெயர் வாய்த்திருப்பதை தேக சுத்த தோற்றமாம் சீர்மெயென்றே தெளிந்து கொள்ளலாம்.

அருங்கலைச் செப்பு – உள்ளொளி பத்து

சீர்மெயதாகி சுகங்கெடா சுத்தத்தாற்
றுய்மெயதா முன்னொளி
காய்மெயிலுற்றக் களங்கமறநீக்கில்
வாய்மெயாம் வள்ளலொளி
மெய்மெயாலாற்ற லுடையார் தமக்கு
பொய்யகன்றேற்றுமொளி

47. சுளிக்கச்சொல்லேல்

சுளிக்க – வொலிக்கும் வார்த்தை பிறருக்குப் புலப்படாமல் சொல்லேல் பேசாதே யென்பதாம்.

அதாவது பேசும்வார்த்தைகளைக் சுழித்து உள்ளுக்கொன்றும் வெளிக்கொன்றுமாக பேசுதலினும் பேசாதிருப்பது சுகமாதலின் பேசும் வார்த்தைகளை பூர்த்தியாக வெளியிடாது உள்ளுக்தே களித்துப் பேசலாகா தென்பது கருத்தாம்.

முககளிப்பால் வாக்குச்சுளிப்பும் வாக்குச்சுளிப்பால் அகச்சுளிப்பாம் வஞ்சநெஞ்சத்தின் நஞ்சு விளங்குகிறபடியால் அந்நஞ்சின் விஷமீறி இதய கோசத்தைக் கெடுப்பதுமின்றி தேகமும் பாழடைவதற்கு சுளிப்பே ஓர் மூலமாதலின் வஞ்சத்தை நெஞ்சிலூன்றி சுளிக்கச் சொல்லேலென்பது உட்கருத்தாம்.

48. சூதுவிரும்பேல்

சூது – ஒருவரை வஞ்சித்தும் குடிகெடுத்தும் தானுங் கரவடைச்செயலை விரும்பேல் நீ யெப்போதும் ஆசை வையாதே என்பதாம்.

அதாவது தான் வேறுதொழில் யாதுமின்றி மற்றொருவன் பொருளை வஞ்சக விளையாட்டையாடி பறிப்பதும் சூதென்னும் ஓர் தொழிலையே நெஞ்சிற் குடிகொளச்செய்வதுமாகிய அத்தீயவிளையாட்டையே மிக்க விரும்பி தானுங்கெடுவதுடன் மற்றவர்களையுங் கெடுத்து பாழ்படுத்துகிறபடியால் வஞ்சித்துக் கெடுக்கும் சூதை விரும்பேலென்பது கருத்தாம்.

காக்கைபாடியம்

கோதுட்டுளமே குலநல மழிக்கும்
வாதிட்டார்ப்ப வாழ்க்கையுங் குன்றும்
சூதுற்றாடல் சூழ்கிளை யழிக்கும்
போதித்தானப் பொக்கிடம்போற்றீர்

49. செய்வன திருந்தச்செய்

செய்வன – நீ செய்ய வேண்டிய காரியங்களைத் திருந்த சீர்பெற அதாவது தானெடுத்து முடிக்கவேண்டிய காரியாதிகள் யாவும் சகலருக்கு உபயோகமாகக்கூடியதாகவும் சகலருங் கொண்டாடுவதாகவும்இருத்தல் வேண்டும்.

அங்ஙனமின்றி எடுத்தக்காரியத்தை திருந்த முடிக்காது குறைந்தழியுமாயின் தனக்கு அதிகக் கஷ்டமுண்டாவதுடன் பொருளும் நஷ்டமுண்டாகிக் கெடும் ஆதலின் எத்தகைய காரியங்களைச் செய்ய முயன்றபோதினும் அவற்றை திருந்தச் செய்வதே அழகாகும்.

குமரசேதகம் செய்யத்தகாதவை

தானாசரித்துவரு தெய்வமிதுவென்று பொய் சத்தியஞ் செயில் விடாது
தன்வீட்டி லேற்றிய விளக்கென்று முத்தந்தனைக்கொடுத்தா லது சுடும்
ஆனாலு மேலவர் மெத்தவுந் தனதென்றடாதுசெய்யிற் கெடுதியாம்
யானைதான் மெத்தப் பழக்கமானாலுஞ்
செய்யாதுசெய்தால்கொன்றிடும்
தீனானதினிதென்று மீதுண் விரும்பினாற்றேக பீடைகளே தரும்

ஜகராஜ ரென்னினு மேலாத காரியஞ் செய்தான்
மனம்பொறார்காண்
வாணாடு புகழமொரு சோணாடமைக்கவே வந்தவதரித்த
முதலே
மயிலேறிவிளையாடு குகனேபுல் வயல்நீடுமலைமேவு
குமரேசனே.

செய்யத்தகுவனவை இன்னதென்றும் தகாதனவை இன்ன தென்றும் விவேகமிகுத்த மேன்மக்களால் வகுத்துள்ள படியால் ஒவ்வொருவரும் தாங்கள் செய்யவேண்டிய காரியங்களை முன்பின் யோசித்துத் திருந்தச் செய்யவேண்டிய மென்பதேயாம்.

50. சேரிடமறிந்துசேர்

இடமறிந்து இஃது நல்லோரிடமோ அன்று பொல்லாரிடமா வென்றறிந்து சேர் கூடி வாழக்கடவாய் என்பதாம்.

தீயரென்றும் நியாயரென்றும் நல்லோரென்றும் பொல்லா ரென்று வழங்கும்படியானக் கூட்டத்தோரைக் கண்டாராய்ந்து நல்லோருடன் சேர்தலே நன்மக்களென்பதற்கு ஆதாரமாதலின் தீயோர்களையும் பொய்யர்களையும் வஞ்சகர்களையும் குடிகெடுப்போரையும் பொறாமெயுள்ளோரையும் அடுக்காது நியாயர்களையும் அன்பு மிகுத்தோரையும் தன்னவர் அன்னியரென்னும் பேதமற்ற மேன்மக்களையும் ஈகை மிகுத்த தாதாக்களையும் அடுத்து வாழ வேண்டியதே விவேகமிகுக்கக் கோறுவோர் குணமாதலின் சேரிடமறிந்து சேரவேண்டியதே சிறப்பாகும்.

நீதிவெண்பா

நிந்தையிலா துயவரும் நிந்தைய ரைச்சேரிலவர்ய
நிந்தையது தம்மிடத்தே நிற்குமே – நிந்தைமிகு
தாலநிழற் கீழிருந்தான் றன்பாலருந்திடினும்
பாலதனைச் சொல்லுவரோ பார்.

மக்களை ஒத்த ரூபமுற்றோராயினும் மிருகத்திற்கொற்ற

செயல் மிகுத்தோர் மிக்கோராதலின் நல்லோரைக் கண்டிணங்க வேண்டியதும் பொல்லாரைக் கண்டோடவேண்டியதும் புதைப் பொருளாகும்.

நீதிவெண்பா

கொம்புளதற்கைந்து குதிரைக்குப்பத்து முழம்
வெம்பு கரிக்காயிரந்தான் வேண்டுமே –வம்புசெரி
தீங்கிளர்தன் கண்ணிற் றெரியாத துரத்து
நீங்குவதே நல்லநெறி.

51. சையெனத் திரியேல்

சையென –கியானியென்று உன்னை மெச்சும்படியான வேஷம் பூண்டு திரியேல் நீயுலாவாதே என்பதாம்.

பாலி பாஷையில் என்னு மொழிக்கு ஞானமென்றும் ஸைல மென்னு மொழிக்கு ஞானக்குன்றென்றும் ஸைவ மென்னு மொழிக்குத் தன்னை அறிதலென்றும் ஸையோக மென்னு மொழிக்கு ஞானபாக்கியம் அல்லது கியானவதிர்ஷ்ட மென்றுங் கூறியுள்ளபடியால்(ஸை) யெனக்கூறும் ஞானவான் போலும் மௌனி போலும் வேஷமிட்டுக் கொண்டு மற்றவர்களை வஞ்சித்தும் பொருள் பரித்து மண்ணாசை பெண்ணாசை பொன்னாசையற்றவர் போல் நடித்து மூவாசையும் முற்றப் பெருக்கி ஞானியெனத் திரிதல் யதார்த்த ஞானிகளை இழிவுபடுத்துவதற் கேதுவாகத் தோற்றலால் ஸை யெனத் திரியேலென்று சத்திய நிலையை விளக்கியுள்ளாள்.

மேருமந்திர புராணம்

யீற்றிலாராதனை விதியிலேந்தறா
னாற்றலுக்கேற்றவா றன்னபானமும்
சாற்றியவகையினாற் சுருக்கிச் சையமே
லேற்றினான்றன்னைநின்றிலங்குஞ்சிந்தையான்
சித்தமெய் மொழிகளிற் செரிந்துயிர்க் கெலா
மித்திரனாய பின் வேதனாதியி
லொத்தெழ மனத்தனா யுவகையுள்ளுலாயத் தத்துவத்
தினாற் றனுவைவாட்டினான்.

52. சொற் சோர்வுபடேல்

சொல் ஒருவருக்குச் சொல்லிய உறுதிவாக்கியத்தில் சோர்வு – தவறுதல் வுண்டாகும்படி படேல் செய்துக்கொள்ளாதே ஒருவருக்குப் பொருளளிப்பேன் வாவென்று கூறியும் அன்ன மளிப்பேன் வாவென்று கூறியும் அவன் வந்த பின்பு சொல்லிய சொல் தவருமாயின் மிக்க அவாவால் நாடிவந்தவன் மனதுகுன்றி நாணடைந்து போவான் அவ்வகையா லவன் மனம்குன்றிப் போவதினாலும் அவனுக்குக் கொடுப்பே னென்று சொல்லியவாக்கைச் சொல்லாமலிருப்பது அழகாகும் ஒருவனுக்கு அவா மிக்கச் சொல்லி அச்சொல் சோர்வுபடுமாயின் அதனினும் வாய்ப்பொய் வேறில்லை யெனவுணர்ந்த ஞானத்தாய் தேகசோர்வினும் சொற்சோர்வுபடேலென்று வற்புறுத்திக் கூறியுள்ளாள்.

53. சோம்பித் திரியேல்

சோம்பி – ஒரு தொழிலுஞ் செய்வதற் கியலாதவனாய் திரியேல்உலாவாதே என்பதாம்.

அதாவது ஓர்தொழிலுக்கு உதவாதவனாகவும் ஓர் வித்தைக்கு உதவாதவனாகவும் சோம்பேறி திரிவானாயின் விவேகிகள் அவனை சீவ அசீவ மிரண்டினங் கடையாக மதிப்பர்.

மாடு குதிரை கழுதையாயினும் சுமைசுமந்தும் வண்டி யிழுத்தும் உழவுசெய்தும் மக்களுக்குஉபகாரிகளாகும்மண் ணேனும் ஓர் பலனைக் கொடுக்கும் கல்லேனும் ஓர் கட்டிடத்திற்காகும் மரமேனும் நிழலைக் கொடுக்கும் இத்தகையப் பிரயோசனங்கள் யாதுமன்றி மனிதரூபியாய் உலாவுவானாயின் அவனை மனிதனில் மாடு மனிதனில் கழுதை மனிதனில் மண் மனிதனில் கல் என்று கூறலாமோ அவ்வகைக் கூறுதற்கும் ஆதாரமில்லாதவனாயிருக்கின்றான். ஆதலின் சகலவற்றினுங் கடைய னென்றே கழிக்கப்படுவதினும் ஓர் தொழிலைப் பற்றுவதே அழகெனக் கண்ட ஞானத்தாய் சோம்பித்திரி யேலெனக் கூறியுள்ளாள்.

விவேகசிந்தாமணி

கருதியநுல் கல்லாதான் கசடனாகும்
கணக்கறிந்து பேசாதான் மூடனாகும்
ஒருதொழிலு மில்லாதான் முகமுடியாகும்
வொன்றுக்கு முதவாதான் சோம்பனாகும்
பெரியோர்கண்முன்னின்றுமரத்தைப்போல
பேசாம லிருப்பவனே பேயனாகும்
பரிவுசொல்லி தழவுபவன் பசப்பனாகும்
பசிப்பவருக் கிட்டுண்ணான் பாவியாமே.

54. தக்கோனெனத்திரு

தக்கோன் எடுக்குங்காரியங்களை முடிக்கத்தக்கவன் என – சொல்லும்படியாக இரு – நீ வீற்றிருக்கக்கடவா யென்பதாம்.

ஓர் சபையில் எழுந்து பேசுவதற்குத்தக்கவன் ஓர் சுபகா ரியாதிகளை முடிப்பதற்குக் தக்கவன் நீதிநெறிகளைப் போதிப்பதற்குத் தக்கவன் நடுநிலையிலும் நியாயவாயலிலும் பேசுவதற்குத் தக்கவன் எடுத்தகாரியங்களை எவ்விதத்திலும் முடிக்கத்தக்கவென்று பலருஞ் சொல்லும்படியாக வீற்றிருப் பானாயின் அவனைக்கொண்டே சகல சீர்திருத்தங் களை முடித்துக் கொள்வதுடன் மற்றவர்களும் தக்கவனென்று மேறை நடந்து சுகம் பெறுவார்கள்.

திரிக்குறள்

தக்கா ரினத்தனாய்த் தானொழுக வல்லானைச்
செற்றார் செயக்கிடந்த தில்.

55. தானமது விரும்பு

தானம் யீகையாம் அது–அச்செயலை விரும்பு–நீ ஆசைக் கொள்ளு அன்புமிகுத்தோரிடத்து ஈகை மிகுத்து இருப்பது இயல்பாதலின் ஈகையிருக்கும் இதக்கத்தால் எல்லா சுகமுந் தோன்றுமென்பது துணிபு.

இத்தகைய தானத்துள் உத்தமதானமென்றும் மத்திம தான

மென்றும் அதம தானமென்றும் மூவகைப்படும் இவற்றுள் உத்தம தானமாவது மெய்ப்பொருளை விரும்பும் மேன்மக் களாகவும் முக்குற்றங்களை அகற்றும் மூதறிவாளராகவும் விளங்குவோரைக் கண்டு அவர்கள் எடுத்துள்ள முயற்சியை முடிக்கத்தக்க உதவியாம் தானஞ்செய்துவருதலே உத்தமதான மென்னப்படும்.

முன்கலைதிவாகரம்

அறத்தினாற்றிவரும் பெரும்பொருளை
புறத்துறைக்குற்ற மூன்றறுத்த நற்றவற்கு கொள்கெனப்
பணிந்து குறையிரந்தவர்வயி னுள்ள முவந்தீவ துத்தம தாநம்.

திக்கற்று மிக்க மெலிந்த ஏழைகளுக்கும் குருடர்களுக்கும் ஊமைகளுக்கும் தொழில் செய்ய சக்தியற்ற அங்கவீனருக்கும் செவிடர்களுக்கும் ஈவது மத்திமதான மென்னப்படும்.

ஆதுலர்க்கந்தகரூம குறுப்பிலிகள் செவிடர்க்கீவது மத்தமதாநம்

சகலருமறியக் கூச்சலிட்டளிப்பதும் கீர்த்தியாம் புகழ் வேண்டுமென்றளிப்பதும் நம்மெய் லோபி என்று சொல்லு வார்களென பயந்தளிப்பதும் ஒருபலனைக் கருதியளிப்பதும் பிரபுவென்று பலர் சொல்லும்படி அளிப்பதும் பார்ப்போர் மெச்சும்படி அளிப்பதும் ஒருவர் கேட்டுக்கொண்டதின் பேரிலளிப்பதும் அதமதானமென்று கூறப்படும்.

ஆர்வம் புகழே யச்சங் கைம்மாறு காரணங் கண்ணோட்டம் கடப்பாடென்றி வை ஏழங் கடைபடு வதமதாநம்

இத்தகைய மூவகை தானத்தில் உலக சீர்திருத்த்திற்கும் மக்கள் சீர்திருத்தத்திற்கும் ஆதியாக விளங்கி புலன் தென்படநோக்கும் தென்புலத்தோராகும் சமணமுனிவர்களுக்கு ஈவதே உத்தமதான மாதலின் அதன் சாதனங்களா லுணர்ந்த ஔவையும் தானமது விரும்பு என்று வற்புறுத்திக் கூறியுள்ளாள்.

திரிக்குறள்

தென்புலத்தார் தெய்வம் விருந்தோக்கறா னென்றாங்
கைம்புலத்தா றோம் பறலை

இஸ்காந்தம்

துறந்தவர்கள் வேண்டியதோர் துப்புரவுநல்கி
யிறந்தவர்கள் காமுறு மிருகங்கடனியற்றி அறம்பலவுமாற்றி

விருந்தோம்புமுறையல்லாற்
பிறந்தநெறியா லுளதோர் பேருதவி யாதோ.

56. திருமாலுக் கடிமைசெய்

திரு – மனுமக்களுட் சிறந்த மால் புத்தபிரானின் அடிமை

பாத துளி யென்றிரஞ்சி செய் துதிசெய்யுமென்பதாம் தன்மச்சக்கரப் பிரவர்த்தன் என உலகெங்கும் வட்டமிட்டு அறவழியை உருட்டியது கொண்டு மால் என்னும் பெயர்பெற்ற புத்தபிரானின் பாததுளியென்றெண்ணி சங்கத்தோர்களையே சங்கறனெனப் பாவித்து சங்க தருமத்தையே சிந்தித்து பற்றறுக்க வேண்டு மென்னுங் கருத்தால் பற்றற்றானுக்கு அடிமையாக வேண்டும் என்பது கருத்து.

சீவகசிந்தாமணி

மலரேந்து சேவடிய மாலென்ப மாலா
லலரேந்தி யஞ்சலி செய் தஞ்சப் படுவா னலரேந்தி
யஞ்சலி செய் தஞ்சப் படுமே
லிலரே மல ரெனினு மேத்தாவா றென்னே.

சூளாமணி

கருமாலை வெவ்வினைகள் காரளரநுறிக்
கடையிலா வொண் ஞானக் கதிர்விரித்தாயென்று
மருமாலை நன்னெறியை முன்பயந்தா யென்று
மடியே முன்னடி பரவு மாற்றிவதல்லாற்
றிருமா லேதேனாரு மறுவிந்த மேந்துந்
திருவணங்கு சேவடியாய் தேவாதி தேவ
பெருமானே நின்பெருமெய் நன்குணரமாட்டா
பிணங்குவார் தம்மெய் வினைபிணக் கொழிக்கலாமே.

இத்தகையாய் புத்தபிரானைத் திருமால் என்று சிந்தித்திருப்பது மன்றி பின்கலை நூலாகும் நிகண்டில் காப்புக்கு முன்னெடுக்குங் கடவுள்தான் மாலே யாகுமென்று கூறியுள்ள விதியின்படி புத்தபிரானை கண நாயகரென்றும் விநாயக ரென்றும் சகல நூலாக்கியோன்களுந் தங்கடங்கள் நூற்களின் காப்பில் சிந்தித்திருக்கின்றார்கள் இதினந்தரார்த்தம் உணராமலே

சிந்தித்தும் வருகின்றார்கள்.

தேவரென்போர் யாவருக்கும் வழிகாட்டியும் ஆதிதேவனுமாக சிறந்திருந்தபடியால் நாயனார் திரிகுறளுக்குச் சாற்றுக்கவி கொடுத்துள்ள புத்த சங்கத்தோராகும் கவிசேகர பெருந் தேவனார் "தேவிற் றிருமாலெனச்" சிறந்த தென்னுந் திருவாக்கினாலும் திருமாலென்னும் பெயர் புத்தருக் குரிய சகஸ்திர நாமங்களில் ஒன்றென்றறிந்துள்ள ஞானத்தாய் தனது ஞானகுருவாம் திருமாலுக் கடிமைசெய்யென்று திருந்தக் கூறியுள்ளாள்.

57. தீவினையகற்று

தீய கொடிய வினை செயலை அகற்று இதயத்திற்பதியவிடாது நீக்கு மென்பதாம்.

பொய்யைச் சொல்லி வஞ்சிப்பதும் அன்னியர் பொருளை அபகரிப்பதும்பிறர்மனையாளைஇச்சிப்பதும்சீவப்பிராணிகளை வதைப்பதும் மதிகெடுக்கும் பானங்களைக் குடிப்பதும் ஆகிய தீவினைகளாம் பஞ்சமாபாதகங்களை அகற்றவேண்டும் என்பது கருத்து.

திரிக்குறள்

வினைக்கண் விளைகெட லோம்பல் வினைக்குறை
தீர்ந்தாரிற் றீந்தன் றுலகு

சீவகசிந்தாமணி

அளைவதுகாம மடுநறவு நெய்யொழகு மூனும்பின்னும்
விளைவது தீவினையே கண்டீ ரிவை மூன் முன்விடு
மினென்றாற்
றளையுவிழ் கோதையார் தாமஞ்சேர்
வெம்முலைபோல் வீங்கிக் கண்சேந்
துளையவுறுதி யுரைப் பாரையோபாவமுணராரே காண்.

இத்தகைய தீவினைகள் ஒழிந்து விடத்து ஞானச்சுடர் விளங்குவதை அநுபவங்கொண்டு அறவழியான் போதித்துள்ள படியால் அவரது போதனையைப் பின்பற்றிய புத்தசங்கத்தோரும் தங்கள் தியானங்களில் விளக்கியுள்ளார்கள்.

சூளாமணி

விண்டாங்கு வெவ்வினை வெருவுதிரநுறி விரிகின்ற மெய்ஞ்ஞானச் சுடர்விளக்கு மாட்டிக் கண்டார்கணின்னில மெய்க்கண்டொழ கயானின் கதிர்மயங்கு சோதியாற் கண் விளக்கப்பட்டுத் தண்டா அமரைமலரின் மேனடைந் தாயென்றுந் தமனீயப் பொன்னணையின் மேலமர்ந்தாயென்றும் வண்டாரசோகினிழல் வாயமர்ந்தாயென்றும் வாழ்த்தினால் வாராயோ வானவர்தன் கோவே.

58. துன்பத்திற் கிடங்கொடேல்

துன்பத்திற்கு – உபத்திரவமுண்டாவதற்காய இடம் ஆதரவை கொடேல் நீ எக்காலுங் கொடாதே யென்பதாம்.

அதாவது சூதாட்டத்திற்கு இடங்கொடுத்தலுந் துன்பம் கொலைபாதகனுக்கு இடங்கொடுத்தலுந் துன்பம் கள்ளருந்துங் களியாட்டலுக்கு இடங்கொடுத்தலுந் துன்பம் வியபசாரி களுக்கு வீடு கொடுத்துவைத்தலுந் துன்பம் பொய்யைச் சொல்லித் திரிபவனென்றுணர்ந்தும் அவனுக்கிடங்கொடுத் தலுந் துன்பம்.

சூதாட்டம் கட்குடி விபசாரம் திருட்டு பொய் கொலை முதலிய ஈனச்செயலை உடையார்க்கு இடங்கொடுத்தல் கேடுண்டென்பதை உலக வழக்கப் பழமொழியால் ஈனனுக்கு இடம் கொடுத்தால் இல்லிடம் பாழென்பதையுந் தெரிந்துக் கொள்ளலாம்.

ஈனச்செயலை உடையார்க்கு இல்லிடங்கொடுப்பின் அதிகாரிகளால் அவர்களுக்குந் துன்பம இல்லங்கொடுப் பவனுக்குந் துன்பம் உண்டாவது நிட்சயமாதலின் துன்பத்தை உண்டுசெய்யுங் செயலுக்குயிடங்கொடேலென்று வற்புறுத்தி யுள்ளாள்.

காக்கை பாடியம்

வானவர்க் கரசன் வாய்மெ யுணர்ந்து
யீனச்செயலுக் கிடந்தரா தகற்றி
மோனவரம்பி லுற்று நிலைத்து ஞானத்தானம் நல்குவரன்றே

59. துக்கிவினைசெய்

துக்கி – சீர்துக்கி வினை – ஒவ்வொர் தொழிலையும் செய் நீ செய்யக்கடவாய் யென்பதாம்.

நீ செய்யப்படும் ஒவ்வோர் தொழிலையும் சீர்துக்கி நிதானித்துச் செய்யவேண்டு மென்பதாம்.

குறுந்திரட்டு

ஆராய்ந்து செய்பவனே யறிவுள்ளோனாம்
அடக்கமறிந்தடைபவனே யருளுள்ளோனாம்
புராயம் பேசுபவன் பொறியற்றோனாம்
பொய்கூறு நாவுடையோன் புழவுற்றானாம்
பேராயக் கீர்த்தியது வேண்டுமென்போன்
புவனத்து பேடியெனப் போற்றுவோனாம்
தீராத வினைகடக்குந் தெப்பங்கொண்டு
திரைகடலைக் கடப்பவனே தீரனாமே.

60. தெய்வமிகழேல்

தெய்வம் தேய்வகமாம் உள்ளொளி கண்டோரை யிகழேல் நீதாழ்வு செய்யாதே என்பதாம்.

அதாவது மக்களென்னும் ஆறாவது தோற்றத்திற்கு மேலாம் ஏழாவது தோற்றமென்னும் தெய்வமென்போனை ஆறாவது தோற்றமான மநுகுலத்தோன் இகழ்வானாயின் அக்கொடு மொழியால் உள்ளக் களிம்பாம் வஞ்சமிகுத்து தாழ்ந்த பிறவிக்கேகி தவிப்பானென்பது கருத்து. மநுமக்களுள் இராகத்துவேஷ மோகமென்னும் முக்குற்றங் களையகற்றி பாசபந்தப்பற்றுகளைஅறுத்துநித்தியசீவனாம் நிருவாணம்பெற்று தேவனென்றும் தெய்வமென்றும் பெயர் பெற்றோனனின் ஞானசாதன சிறப்பையும் அவனது பற்றற்ற முயற்சியையுங் கண்டு புகழ்ச்சி செய்வதைவிட்டு இகழ்ச்சி செய்வானாயின் அவனை மநுபிறவி என்னாது தாழ்ந்த மிருகபிறவி என்றே கூற்றாகும். மக்கள் தோற்றங் கடந்து தெய்வத் தோற்றம் அடைதல்.

சீவகசிந்தாமணி

ஊன்சுவைத் துடம்புவீக்கி நரகத்திலுரை தனனன்றோ
வுன்றினா துடம்புவாட்டி தேவார யுரைத நன்றோ
வுன்றியிவ் விரண்டினுள்ளூ முறுதிநீயுரைத்திடென்ன
வுன்றினா தொழிந்துபுத்தே வாவதே யுறுதியென்றான்.

விவேகசிந்தாமணி

ஆசாரஞ்செய்வாராகி லறிவொடுபுகழுமுண்டாம்
ஆசார நன்மெயானா லவனியிற் றேவராவர்.
அசாரஞ்செய்யாராகி லறிவோடு புகழுமற்று
பேசார்போற் பேச்சுமாகி பிணியொடு நரகில் வீழ்வார்.

இவற்றுள் மெய்த்தேவர்களென்றும் பொய்த்தேவர்களென்றும் இருவகை பேதமுண்டு அவர்களுள் மக்களென சீலமிகுத்து ஒழக்கத்தினின்று விவேகமிகுத்தோர்களை சருவ மக்களுந் தேவர்களென்று கொண்டாடி வருவதியல்பாகும் இவர்களே மெய்த் தேவர்களாவர்.

போய்வேதப் புலம்பலாலும் பொய்ப்புராணக் கட்டுக்கதைகளாலும் ஆகாயத்தினின்று பூமியில் வந்து தோன்றினாரென்றும் பொய்த்தேவக்கதைகளையும் ஆகாயத்திலிருந்த தேவர் பெண் வயிற்றிற் பிறந்தாரென்னும் பொய்தேவக் கதைகளையும் அவனைக்கொல்ல அவதரித்தான். இவனைக் கொல்ல அவதரித்தானென்னும் பொய்தேவர்களையும் அந்த மதத்தைக் கண்டிக்க அவதரித்தான் இந்த மதத்தைக் கண்டிக்க அவதரித்தானென்னும் பொய் தேவர்களையும் விசாரணைப் புருஷர் இழிவு கூறுவதில் ஒரிடுக்கணுமில்லை புகழ்ச்சி செய்வதால் ஓர் பிரயோசனமுமில்லை

மக்களினின்று தேவரெனத் தோன்றியவர்கள் பிறப்பிறப் பற்று மறுபடியுங் கருவில்வந்து தோன்றார்களென்பது சத்தியமாம்.

சீவகசிந்தாமணி – தேவர்கள் லட்சணம்

திருவிற் பொற்குலத்திற் றேர்ந்த தேவர்தன் தண்மெய் செப்பிற்
கருவற்று சென்று தோன்றார் கானிலந் தோய்தல் செல்லா
ருருவமே லெழு தலாகா வொளியுமிழ்ந் திலகுமேனி
பருதியி னியன்றதொக்கும் பன்மலர் கண்ணிவாடா.

பொய்க்குருக்களின் கற்பனா வேதங்களிலும் புராணங்

களிலும் வரைந்துள்ள பொய்த் தேவர்கள் கதைகளிலும் அவர்கள் நம்பிக்கைகளையும் ஒழித்து மெய்த் தேவர்களும் எக்காலுந் தோற்றக்கூடிய ஏழாவது தோற்றமுடையவர் களுமாகிய மகா ஞானிகளை இகழலாகா தென்னும் பெருநோக்கங் கொண்டு தெய்வமிகழேலென்னுந் தெளிவுபடக் கூறியுள்ளாள்.

சொரூபசாரம்

எங்கும் பொதுவா யிருக்குமொரு சீவன்முத்தர்
தங்கு மிடந்தானே தலவாச – மங்கவர்கள்
பார்வையே தீர்த்தமவர் பாதார விந்தமலர்ச்
சேவையே சாயுச்சியம்.

61. தேசத்தொடொத்துவாழ்

தேசத்தோடு – தேசத்துள்ளோர் சீலத்துடனும் ஒழக்கத் துடனும் ஒத்துமனமுவந்து வாழ் நீ வாழக் கடவாய் என்பதாம்.

அதாவது தேகத்துடன் ஒத்துவாழ்தலும் தேசத்துடன் ஒத்துவாழ்தலும் ஒரு பொருளைத் தரும் தேகத்துடன் ஒத்துவாழ்தலாவது மிகு புசிப்பால் மனவேதனையுண்டு மிகு போகத்தால் தாதுகெட்டு நஞ்சடைதலுண்டு மிகு அவாவால் பெருந்துக்கமுண்டு இவற்றை நிதானித்து மிதபுசிப்பு மித போகம் மித அவாவினின்று வாழ்தலே தேகத்தோடொத்து வாழ்கலென்னப்படும்.

அவைபோல் தேசத்தோற்குள்ள பொய்யாவிரத சீலத்திலும் கொல்லாவிரத சீலத்திலும் களவாவிரத சீலத்திலும் காமமிகா விரத சீலத்திலும் மதுவால் மயங்காவிரத சீலத்திலும் ஒத்து வாழ்க வேண்டுமென்பது கருத்தாம்.

இத்தகைய பஞ்சசீலத்தோருடன் ஒத்து வாழாது பஞ்சபாதகச் செயலாம் சீலங்கெட்டு ஒத்து வாழ்வானாயின் சீலமிகுத்தோர் யாவரும் சீ சீ என்றிகழ்ந்து சேரவிடாது அகற்றுவார்கள்.

அத்தகைய வாழ்க்கைத் துணையற்ற வாழ்வதினும் மடிவது மேலாம். இத்தகைய சீலத்தோருடன் ஒத்துவாழ்க வேண்டு மென்பது அம்மன் கருத்தேயன்றி நீதிநெறி கெட்டு அவன் பெரிய சாதி இவன் சிறிய சாதியென்போருடனும் அவன்

சாமி பெரியசாமி இவன் சாமி சின்ன சாமியென்போருடனும் ஒத்துவாழ்க வேண்டுமென்னுங் கருத்தன்று நீதியும் நெறியுமற்ற தேசம் ஒருகாலும் சீரும் சிறப்புமடையப் போகிறதில்லை ஆதலின் சீலமாம் நீதிநெறியமைந்த தேசத்தோருடன் ஒத்து வாழ்க வேண்டுமென்பது துணிபு.

பழமொழி விளக்கம்

தேரோடு மணிவீதி தண்டலையார்த்திருவமைந்த
தேசமெல்லாம்
பேரோடும்புகழ்படைத்தவீராதிவீரனெனும்பெரியோனேனும்
நேரோடும் உலகத்தோ டொன்றுபட்டு நடப்பதுவே
நீதியாகும்
ஊரோடு வுடனோடி நாடோட நடுவோடலுறுதிதானே.

நீதிநெறியாம் நேர்வழியில் ஊரோட வுடனோடலும் நாடோடநடுவோடலும் சுகநிலையுறுதி தருவதாகும்.

62. தையல் சொற்கேளேல்

தையல் கொடூரமாம் சொல் வார்த்தைகளைக் கேளேல் செவி கொடாதே என்பதாம்.

எதிரியால் உன்னைத் தைக்கக்கூறு மொழிக்கு செவி கொடுப்பாயாயின் கோபமீண்டு அவனுடன் போர்செய்ய நேரும் அதனால் துக்கம் பெருகும் ஆதலின் எதிரி தையல் சொற்களுக்கு செவி கொடாதிருக்க வேண்டுமென்பது கருத்து.

அதாவது குத்திக்குற்ற பிழக்குங் கொடூரச் செயலுக்குத் தைத்தலென்றும் பனியின் கொடூரத்தால் இலையுதிரும் மாதத்திற்குத் தைமாதமென்றும் கொடூர நெய் கலந்த வஸ்துக்களுக்குத் தைலமென்றும் புண்படயிதயத்தில் தைக்கக்கூறும் கொடூர வார்த்தைக்குத் தையல் மொழியென்றுங் கூறப்படும்.

அன்னியனாற் புண்படக் கூறுந் தையல் மொழியாங் கொடூர வார்த்தையைச் செவியிற் கேட்டவுடன் கோபமீறும் அக்கோபத்தால் ஒருவருக்கொருவர் கைகலக்குந்தைய லுண்டாம். அத்தையலால் துன்பம் பெருகிமாளா துக்கத்திற்கு

ஆளாக்கிவிடும்.ஆதலின் எதிரிகளாற் கூறுங்கொடூர சொற்களைக் கேளாதிருப்பதே சுகமென்றறிந்த ஞானத்தாய் தையல் சொற்கேளேலென்று வற்புறுத்திக் கூறியுள்ளாள்.

63. தொன்மெய்மறவேல்

தொன் பூர்வ மெய்தேதிகளாம் பழமெயாங் குடும்பத்தோரை மறவேல் என்றும் மறவாதே என்பதாம்.

வாழையடி வாழைபோல் தொன்றுதொட்டு தோன்றிவரும் பழமெய் தங்கியக் குடும்பத்தோரை மறவாதிருக்க வேண்டு மென்பது கருத்து.

தொன்றுதொட்டு வழங்கிவரும் புர்வ குடும்பத்தோரை மறவாமலிருப்பதினா லுண்டாகும் விருத்தியும் மறப்பதினா லுண்டாகுங் கேடும் யாதென்பீரேல்.

தொன்மெய் மறவாச் செயலால் குடும்பம் விருத்திடைந்து அவர்களுக்குள் விவேக விருத்தியடைந்தோர் சார்பால் முன் குடும்பத்தோர் சுகவிருத்தியும் ஞானமும் பெறுவதுடன் பின்குடும்பத்தோறும் விருத்தியினின்று சுகவாழ்க்கைப் பெறு வார்கள்.

தொன்மெயாம் புர்வ சுற்றத்தோரை மறந்து பற்றற்றவரைப் போல் நடித்தல் முன் குடும்பத்தோர் தோற்றமும் சேர்க்கையும் மறைந்துபோவதுடன் பின்சந்ததிகளும் விருத்தியின்றி பாழ டைந்துபோம்.

திரிக்குறள்

பற்றற்றே மென்பார் படிற்றொழக்கமெற்றெற்றன்
றேதம் பலவுந் தரும்.

64. தோற்பனை தொடரேல்

தோற்பனை – உன்னால் முறியடிக்கப்பட்டோனை தொடரேல் பின்பற்றிச் சொல்லாதே யென்பதாம்.

வில்லால் தோற்றவனுக்கும் வித்தையால்தோற்றவனுக்கும் உள்ள விரோதம் எதிரியை யெவ்வகையேனும் ஜெயிக்கு மளவும் உள்ளனவாதலின் அத்தகைய தோற்பனைத் தொடர்ந்து செல்லுவதினால் எத்தகையுந் துன்பமுண்டாமென்றுணர்ந்த ஞானத்தாய் தோற்பனைத்தொடரேலென்று வற்புறுத்திக் கூறியுள்ளாள்.

இவற்றுள் (தோற்பன தொடரே) லென்னும் பாடபேத முமுண்டு தோற்றவியாஜியத்தை தொடர்ந்தும் ஜெயித்ததனந் தமுண்டு. தோற்றயுத்தத்தை விடாமுயற்சியால் தொடுத்து ஜெயித்த யுத்தங்களும் அனந்தமுண்டு.

ஆதலின் தோற்பனை தொடரேலென்னும் வாசகமேயன்றி தோற்பன தொடரேலென்னும் வாசகமன்று.

ஓர் வியாஜியத்திலேனும் யுத்தத்திலேனும் வாக்குவாதத் திலேனும் சுபஜெயமடைந்தோனின் உள்ள வஞ்சினத்தையும் பொறாமையையுமுணராது மித்துரு வென்றெண்ணி தோற்ற வனைத் தொடர்வதாயின் கேடுண்டென்பது கருத்தாம்.

65. நன்மெய்க் கடைபிடி

நன் நல்ல மெய் தேகி நற்றேகி நல்லவன் என உலகோர் சொல்லுஞ் செயலை கடைபிடி முடிவாய பாக்கியமென்று பற்று மென்பதாம் உலகத்தோரால் நல் அவன் நன்மார்க்கன் நற்குலத்தோன் நற்புத்திரன் என்று சொல்லுவதற் கேதுவாம் நன்மெய்யைத் தோற்றுவைப்பான்வேண்டி நன்மெய்க்கடை பிடியென்று இரண்டாவது பேதவாக்கியத்தைக் கூறியுள்ளாள் அதாவது பொய்சொல்லாமெய் பிறர்மனை நயவாமெய் களவுசெய்யாமெய் கள்ளருந்தாமெய் கொலைசெய்யாமெய் ஆகிய சுத்ததேகிகளாக வாழ்தலே நன்மெய்க் கடைபிடித்த லென்று கூறத்தாகும்.

நல்வாய்மெய் நல்லுக்கம் நற்காட்சியுடைய நன்மெயாம் சுத்ததேகியாக வாழ்தலே நிருவாணத்தின் சுருக்கபாதை யுமாகும்.

66. நாடொப்பன செய்

நாட்டோர் நஞ்சை புஞ்சை பூமியின் செயலுக்குரியோர் ஒப்ப அவர்கள் சம்மதிக்கும்படியான செயலை செய் நீ செய்யக்கடவாய் என்பதாம்.

அதாவது நாடென்றும் நகரமென்றும் பிரித்துள்ள இருவகுப் பாருக்குள் நகரவாசிகள் யாவரும் அரசனது செங்கோலுக்குள் அடங்கிவாழ்தல்போல் நாட்டுவாசிகள் யாவரும் வேளாளத் தொழிலாம் ஏறடிக்குங்கோலுக்கு ஒப்பி வாழவேண்டுமென்பது கருத்தாம்.

அஃது யாதென்பீரேல் பூமியை உழுதுண்போனாம் வேளாளனுக்கு ஏறும் மாடும் இல்லாவிடில் மற்றவனிடம் ஒப்பி பூமிக்குப் பாய்ந்தபின் மற்றவன் பூமிக்கு ஒப்பிப் பாயவிடுதலும் ஆகிய சருவ மே ழி ச் செ ய லை யு ங் கோழைப்படாது செய்தற்கு நாடொப்பச் செய்தலே நலமாகும்.

நாடொப்பாது ஒருவன் ஏறிக்கால் நீர் பாய்ச்சுமுன் மற்றொருவன் பாய்ச்சுதலும் ஒருவன் மேழிமுடியுமுன் மற்றொருவன் ஏறைப் பறித்தலுமாகிய ஒப்பாச்செயலைச் செய்தல் நாட்டுக்குக் கேட்டை விளைவிக்குஞ் செயலாதலின் உழவோராம் நாட்டோர் நாடொப்பனச் செயல் வேண்டுமென அம்மன் வற்புறுத்திக் கூறியுள்ளாள்.

67. நிலையிற் பிரியேல்

நிலையில் கியானவிழிப்பினின்று பிரியேல் நீ நழுவாதே என்பதாம். அதாவது தோற்றும் பொருட்கள் யாவும் கெடுவது இயல்பாதலின் அத்தோற்ற நிலையிலும் அதன் அவா நிலையிலும் நில்லாது உண்மெய் உணருந் சுழிமுனை நிலையைப் பிரியேலென்பது கருத்தாம். குருவருளாற் காட்டிடுநிலையும் அந்நிலையேயாம்.

அகஸ்தியர்

விழித்துமிக பார்த்திடவே பொறிதான் வீசும்
முச்சந்திவீதியிலே தீபந்தோன்றும்
சுழித்தியிலேபோகாது வொருமனதாய் நின்றால் சுத்தமென்ற

நாதவொலிக் காதிற்கேழ்க்கும்
இழுத்ததென்று நீகூடத்தொடர்ந்தாயானால் எண்ணெண்ணா
பிறப்பிறப்பு எய்தும் பாரும்
அழுத்திமன கேசரத்தில் நின்று மைந்தா அப்பனே
லலாடத்தில் துவங்கு வாயே.

ஞானக்குறள்

ஈரொளி யீதென றிறைவ னுரைத்தனன்
நீரொளி மீது நிலை
மயிர்முனையிற் பாதி மனத்தறி வுண்டேல்
அயிர்ப்புண்டங் காதி நிலை.

அழியும் நிலையைப்பற்றி நிற்பது அழுகைக்கும் பற்கடிப்பிற்கும் ஆதாரமாதலின் அத்தகைய துக்கத்தை யகற்று வான் வேண்டி அழியா நிலையாம் உள்விழிநோக்க நிலையிற் பிரியேலென்று கூறியுள்ளாள்.

68. நீர்விளை யாடேல்

நீர் விளையாட்டு – பங்குனி பருவ நீர் விளையாட்டை ஆடேல் நீ விளையாடாதே யென்பதாம்.

அதாவது பூர்வ காலத்தில் சித்தார்த்தியார் காமனையுங் காலனையும் வென்ற பங்குனிமாத பருவத்தில் பௌத்த வரசர்களும் குடிகளும் ஒன்றுகூடி பெண்களும் புருடரும் நீர்விளையாடுவதும் காமன் பண்டிகைக் கொண்டாடுவதும் வழக்கமாகும்.

அத்தைகைய விளையாட்டினால் மதிமயங்கி பெண்களின் கற்பு நிலை தவறுதலும் புருஷர்கள் பஞ்சசீலதங் கெடுதலுமாகிய நீர் விளையாட்டை சத்திய சங்கத்தோர் தடுத்துள்ளதுமன்றி அம்மனும் அவ்விளையாட்டைக் கண்டித்திருக்கின்றாள்.

அது கண்டே சருவதேச பௌத்தர்களும் நீர்விளையாட்டை நீக்கிவிட்ட போதினும் மார்வாடிகளும் குஜிராத்தியர் மட்டிலும் பெண்களை நீக்கி புருஷர்கள் அந்நீர் விளையாட்டை நாளது வரையில் விளையாடி வருகின்றார்கள் பூர்வம் புருஷர்களும் பெண்களும் அந்நீர் விளையாடுவதனால் உண்டாகுங் கேடு களையுணர்ந்த ஞானத்தாய் நீர்விளையாடேலென்று காமன் விழாவையே கண்டித்திருக்கின்றாள்.

சீவகசிந்தாமணி

காசறு துறவின் மக்க கடவுளர் சிந்தைபோல
மாசறு விசும்பின் வெய்யோன் வடதிசை யயனமுன்னி
யாசற நடக்குநாளு மைங்கணைக் கிழவன்வைகி
பாசறைப் பரிவு தீர்க்கும் பங்குனி பருவஞ் செய்தான்.

முழவங்கண் டுயிலாத முதுநகர்
விழுவுநீர் விளையாட்டு விருப்பினாற்
றொழுவிற் றோன்றிய தோமரு கேவலக்
கிழவன் முதெயில் போற்கிளர்வுற்றதே

இன்று நீர் விளையாட்டினு ளேந்திழை
தொன்று சுன்னத்திற் றோன்றிய வேறுபா
டின்றென் னாவிக்கோர் கூற்றமென்மெயா
நின்று நீலக்கணித்திலஞ் சிந்தினாள்
சீராவச் சிலம்பேந்து மென்சீரடி
யாராவக் கழலாட வரோடும்
பேராவக் களம்போன்று பொன்றார்புன
னீராவும் விளைத்தார் நிகரில்லார்

கார்விளையாடிய மின்னனை யார்கதிர் வார்விளையாடிய மென்முலை மைந்தர் தார்விளையாட்டொடு தங்குபு பொங்கிய நீர்விளையாட்டணி நின்றதை யன்றே.

69. நுண்மெய் நழுவேல்

நுண் நுட்பத்திலறியும் விவேகமிகுத்த மெய் தேகியெனத் தோன்றி நழுவேல் அதினின்று கேடடையாதே என்பதாம்.

நுட்பத்தில் அறிந்து கொள்ளக்கூடிய விவேகமும் நுண்ணிதில் ஆய்ந்து உணரக்கூடிய விசாரணை மிகுதியிலிருந்து நழுவி விவேகமற்றோன் விசாரணையற்றோன் என்பதாயின் முன்தேக தோற்ற சிறப்புக் கெடும். ஆதலின் நுண்ணிய அறிவை மேலும் மேலும் விருத்தி செய்ய வேண்டுமேயன்றி அவற்றினின்று நழுவேல் என்பது கருத்தாம்.

இவற்றுள் தற்காலம் அச்சிட்டுள்ளப் புத்தகங்களில் நுண்மை

நுகரேல் எனும் வாசக பாடபேதமும் ம அஅஸ்ரீ மார்க்கலிங்க பண்டாரமவர்கள் ஏட்டுப்பிரிதியிலும் மஅஅஸ்ரீ மீனாட்சி சுந்தரம்பிள்ளை மாணாக்கர் கோவிந்தப்பிள்ளை யவர்கள் ஏட்டுப் பிரிதியிலும் (நுண்மெய் நழுவேல்) எனும் வாசகபாடபேதமும் உள்ள துகண்டு உசாவுங்கால் நுண்மைநுகரேல் எனும் வாசகஞ் சிதைந்துள்ளதன்றி சகல தேச மக்களுக்கும் பொருந்தா பொரு ளுள்ளதால் நுண்மெய் நழுவேல் எனும் சகல மக்களுக்கும் பொருந்தும் வாசகத்தை வெளியிட்டுள்ளோம்.

அதாவது உலகெங்குமுள்ள மக்கள் சிறுதிண்டியே பெரும் பாலும் உண்பது சுவாகமாகும். நமது தென்னிந்தியவாசிகளோ துட்டையிருகப்பிடித்துக்கொண்டு பெருந்திண்டியும் சரிவரப் புசியாமல் சோமவார விரதம் மங்களவார விரதம் சுக்கிர வாரவிரதம் சனிவாரவிரதமென ஒடுக்குவது இவர்கள் சுவாபமாகும்.

ஆதலின் சகலமக்களுக்கும் பொதுவாய் ஒதியுள்ள சத்தியதன்மத்தை பணஞ் சம்பாதிக்க வித்தையற்றவர்களும் புசிக்கப் பணச்சிலவுசெய்ய மனம்வராதவர்களுமாகி சிலரது கருத்துக்கு இசைந்து பலருக்குள்ளப் பெரும்பலனைக் கெடுப்பது பாழ்வினைமுதலெனக் கண்டு நுண்மெய் நழுவேல் என்னும் சகல மக்கள் சுகத்தையே இவண் நோக்கிக் கூறியுள்ளோம்.

70. நுஷற்கலை கல்

நுஷற்கலை – அறிவை வளர்க்குங் கலைநூற்களைக் கல் நீ வாசிக்கக் கடவாய் என்பதாம்.

அதாவது காம வெகுளி மயக்கங்களைப் பெருக்கக்கூடிய பலவகை நூற்களிருக்கின்றபடியால் அவற்றை கண்ணோக் காமலும் கற்காமலும் அறிவை விருத்திசெய்யக்கூடியக் கலைநூற்களையே கற்கவேண்டுமென்பது கருத்தாம்.

காக்கைபாடியம்

பலநுல் கற்றுப் பாழடைவதினுங்
கலைநுற் கற்று காட்சி வடிவாஞ்
சிலைநுதற் காம சேட்டை யகற்றி

யுலகமவர்மாட் டென்னலு முவப்பே.

கலைநுற்கள் என்பவற்றுள் அறுபத்தி நான்குவகைகளுண்டு அதாவது அட்சர லட்சணங்களையும் மொழிலட்சணங் களையும் விளக்கும் முன்கலை நுலாகும் திவாகரம் இலிகிதத் திற்கு ஆதரவாகும் வாசகங்களும் அதனதன் பொருட்களையும் விளக்கும் பின்கலை நுலாகும் நிகண்டு கணிதம் ஆகமம் வியாகரணம் நீதிசாஸ்திரம் சோதிடம் தன்மசாஸ்திரம் விருத்தி சாஸ்திரம் மதியுக சாஸ்திரம் ஆருடசாஸ்திரம் சிற்பா சாஸ்திரம் வைத்திய சாஸ்திரம் சாமுத்திரிகள் சாஸ்திரம் ரூபசாஸ்திரம் இதிகாசம் காவியம் மதுரபாடனம் அலங்காரம் நாடகம் நிருத்தம் சப்தபிரமம் சிரோரத்னம் வீணை மிருதங்கம் தாளம் தனுர்வித்தை சுவர்ண பரீட்சை ரதபரீட்சை கஜபரீட்சை அஸ்வ பரீட்சை ரத்தினபரீட்சை பூபரிட்சை யுத்தலட்சணம் மல்ல யுத்தம் ஆக்ருஷணம் உச்சாடனம் வித்துவேஷணம் மானத சாஸ்திரம் மோகன விளக்கம் வசீகரணம் ரசவாதம் காந்தர்வவாதம் பிபீலிகாவாதம் கௌதுவவாதம் தாதுவாதம் காரூடம் நஷ்டப் பிரசணம் முஷ்டிப் பிரசணம் ஆகாயப் பிரவேசம் ஆகாயகமனம் பிரகாயப்பிரவேசம் அநுர்ஷியம் இந்திரஜாலம் மகேந்திரஜாலம் அக்கினிஸ்தம்பம் ஜலஸ்தம்பம் வாயுஸ்தம்பம் திருட்டிஸ்தம்பம் வாக்குஸ்தம்பம் சுக்கிலஸ் தம்பம் ஜநநஸ்தம்பம் கடகஸ்தம்பம் அவஸ்தைஸ்தம்பம் என்பவைகளாம்.

தற்காலம் அச்சிட்டுள்ள புத்தகங்களில் நூற்பலகல் எனறிருந்த போதினும் புராதன ஏட்டுப்பிரிதிகளில் நூற்கலை கல்லென்று வரைந்திருக்கின்றார்கள். அதாவது கண்டு படிப்பதே படிப்பு மற்றபடிப்பெல்லாம் தெண்டப்படிப் பென்றறி எனக்கூறியுள்ளக் கலைநூலார் கருத்தை ஒட்டியதேயாகும்.

71.நெற்பயிற் விளை

நெற்பயிற் நெல்லென்னுந் தானியத்தை விளை – நீ உழுது பயிரிடு என்பதாம்.

அதாவது சகலசீவருக்கும் உணவாக விளங்கும் தானியம் நெல்லாதலின் அவற்றை வேணமுயற்சிசெய்து விளைவிக்க வேண்டுமென்பது கருத்தாம்.

பௌத்தன்ம மக்கள் யாவரும் தங்கள் சுயப்பியோசனத்தை மிக்கக் கருதாது பலர் பிரயோசனத்தைளயு மிகக் கருதுவதாலின் சகலசீவர்களுக்கும் பிரயோசனமாகும் நெற்பயிரை விளைக்கும்படி வற்புறுத்திக்கூறியுள்ளாள்.

அத்தகைய நெற்பயிரை விளைக்குமாறு வற்புறுத்திக் கூறிய காரணம் யாதென்பீரேல் தற்காலம் இத்தேசத்தில் 10படி 12படி அரிசி விற்பனை செய்தவிடத்தில் 4படி அரிசி விற்குங்கால் மழைபெய்தும் சகலருக்கும் உபயோகமாகும் நெற் பயிரை விளைவிக்காது தங்கள் சுயப்பிரயோசனத்திற்காகும் மணிலாக் கொட்டையென்னும் நிலக்கடலையை விளைவித்துக் கொண்டார்கள்.

அதினால் நல்லமழைப் பெய்தும் நெற்பயிர் விளைவிக்காது குடிகள் இன்னும் பஞ்சத்துக்குள்ளாயதை நாம் கண்டுள்ளது அனுபவமாதலின் முக்காலமுமுணர்ந்த ஞானத்தாய் மற்பயிர் யாதையுங் கருதாது நெற்பயிர்விளை என்று கூறியுள்ளாள்.

72. நேர்பட வொழுகு

நேர் சகலருக்கும் நல்லவன் நேரானவனென்று பட காணும்படி ஒழுகு – நீ வாழக்கடவா யென்பதாம்.

நஞ்சுள்ளப் பாம்புகள் யாவும் சகலர் கண்களுக்கும் புலப்படாமல் உலாவும் நஞ்சில்லா நீர்ப்பாம்புகளோ சகலர் கண்களுக்கும் நேர்பட உலாவும் அதுபோல் நன்மெய் கடை பிடித்து சகலர் கண்களுக்கும் நேர்பட ஒழுகவேண்டுமென்பது கருத்தாம்.

73. நைவன நணு கேல்

நைவன – வாக்கால் நையவுரைக்குஞ் கூட்டத்தாரும்

தேகத்தால் நையப் புடைக்குங் கூட்டத்தாருமாகிய தீயரை நணுகேல் நெருங்கிய வாழ்க்கையை புரியாதே யென்பதாம்.

சுகதேகமும் சுகுணமும் தீயர் சேர்க்கையால் நைவது

அனுபவமாதலின் அத்தகையச் செயலோரால் நைவன நணுகே லென்று கூறியுள்ளாள் தன்னிற்றானே கேட்டை வருவித்துக் கொள்ளுஞ் செயலுக்கு நையலென்றும் நைவன மென்றுங் கூறப்படும்.

74. நொய்ய வுரையேல்

நொய்ய – அன்புமிகுத்தோர் மனமுடைய உரையேல் ஓர் வார்த்தையையும் பேசாதே என்பதாம்.

அதாவது குடும்பத்தில் அன்புதிரண்டு வாழ்பவர்களையும் சிநேகிதத்தில் அன்பு திரண்டு நேசிப்பவர்களையும் அடுத்து அவர்களுக்குள் திரண்டுள்ள அன்பை நொய்ய உடைப்பதாயின் குடும்பமென்னுங் கூடிவாழும் வாழ்க்கையும் மற்று சிநயித மென்னும் அன்புமற்று சேர்க்கை பிரிந்துபோம் அத்தகைய பிரிவினால் வாழ்க்கைக்கு அனந்தங் கேடுண்டாவதை உணர்ந்த ஞானத்தாய் வார்த்தைப் பேசுவதில் நொய்யவுரையேலென்று கூறியுள்ளாள்.

75. நோய்க் கிடங் கொடேல்

நோய் தேகத்தில் வியாதி தோன்றற்கு இடம் ஓராதாரத்தைக் கொடேல் என்றுஞ்செய்துக்கொள்ளாதே என்பதாம்.

மிதமிகுத்தப் புசிப்புக்கு இடங்கொடுத்த விடத்திலும் பலதேக போகத்திற்கிடங்கொடுத்தவிடத்திலும் வியாதி தோன்றி உடலை வதைப்பது உள்ள சுவாபமாதலின் இன்னின்னக் கொடூரச் செயல்களால் இன்னின்னான் இன்னினியநோய் கண்டு உபாதைப்படுகின்றானென் றுணர்ந்தும் அதனை மறந்தும் வாதைப்படுவது மக்கள் இயல்பாதலின் விழிப்பான்வேண்டி நோய்க்கிடங் கொடேலென்று கூறியுள்ளாள்.

76 . பழிப்பனபகரேல்

பழிப்பன – மற்றவர்களைப் பழித்தலும் இழிவுகூறுதலு

மாகிய மொழிகளை பகரேல் மறந்தும் பேசாதே யென்பதாம்.

தனது குற்றங்களையுந் தனது குடும்பத்தோரிழிவுகளையும் தான்செய்யும் இழிய தொழிலாம் செயலையுங் கருதாது ஏனையோர் தொழிலிழிவையும் எடுத்துக் கூறுவதாயின் ஏனையோர் இவனிழிவையும் பழியையுமெடுத்துக் கூறியேளனந் செய்வதுடன் எல்லார்க்கும் விரோதியாய் சகலராலுந் சீ சீ யென்று இகழப்படுவான் ஆதலின் பகருமொழிகளில் பழிப்பனபகரேல் என்று கூறியுள்ளாள்.

77. பாம்பொடு பழகேல்

பாம்பை விஷப்பற் பையையுடைய ஒடு – ஜெந்தினொடு பழகேல் எப்போதும் நேசிக்காதே என்பதாம்.

பற்களில் விஷப்பையைச் சேர்த்துவைத்துள்ள ஜெந்துக் களுடன் பழகுவதாயின் எக்காலத்திலேனும் ஓர்கால் அப்பையிலுள்ள விஷத்தை வெளியிடுதற்கு வழிதேடும். வழிதேடுங்காரணமோஅதன்மீறிய கோபமேயாம்அக்கோபத்தால் கடித்துவிடுத்த விஷமானது பழகியவன் தேகமுழவதும் பரவிஞ் சமைந்துவிடுவதுடன் நசிந்தும்போகின்றான்.ஆதலின் நஞ்சுள்ள ஜெந்துக்களுடன் பழகலாகாதென்பது கருத்து.

78. பிழை படச் சொல்லேல்

பிழை – குற்றம் பட உண்டாகச் சொல்லேல் பகராதே யென்பதாம்.

அதாவது துஷ்டர்கள் தங்களுக்குள்ள வன்னெஞ்சங் குடி கெடுப்பு பொறாமெய் நீக்கச்செயல் முதலிய நிறைந்துக் கொண்டு குற்றமற்றப் பெரியோர்களைக் கண்டவுடன் வெகுண்டு தங்களது நீச்சகுணச்செயலால் அவர்களைப் பிழைபடக்கூறுவது சுவாபமாகும்.

எவ்வகையிலென்பீரேல் மிலேச்சகுண மிகுத்தோர் களையும் நீச்செயலமைந்தோர்களையும் பெரியோர் நெருங்காமலும் தங்களிடம் நெருங்க விடாமலும் இருப்பது வழக்கமாகும்.

அத்தகைய விவேகமிகுத்தப் பெரியோர்செயலைக் காணும் அவிவேக மிகுத்த நீச்சர்கள் தங்கள் துஷ்டகுண மாறாது விவேகிகளை பழிகூறுதலும் பலவகையாய்ப் பழித்தலும் உடையவர்களாய் நிற்பர்.

அவ்வகைப் பெரியோர்களைப் பழித்தால் அவர்களுக் குண்டாகும் மனத்தாங்களின் கொதிப்பே பழித்தவனையும் பழித்தோன் குடும்பத்தோரையும் பாழாக்கும் பழவினைத் தொடராதலின் குற்றமற்றப் பெரியோர்களைப் பழிக்கலாகா தென்பது கருத்து.

இதனந்தரார்த்தங் கண்ட ஞானத்தாய் பெரியோர்களைப் பிழைபடச் சொல்லேலென்று கூறியுள்ளாள்.

79. பீடு பெற நில்

பீடு வல்லமெய் பெற உண்டாகத்தக்க நிலையில் நில் நிற்கக்கடவாயென்பதாம்.

தேகமானது தக்க வலுவுள்ளவரையில் யாதொரு தொழிலுக்கும் முயற்சிக்கும் அஞ்சாது எடுத்த காரியங்களை முடிப்பதற்கேது ஆவதன்றி பற்பல பிணிகளுந் தோன்றி உபத்திரவஞ் செய்யாவாம்.

பீடு குறைந்தக்கால் எடுக்கும் முயற்சிகளும் சோர்வடைவ தன்றி தேகத்திற்பற்பலவியாதிகளும் தோன்றி உபத்திரவத்தை உண்டுசெய்யும் ஆதலின் ஒவ்வோர் மக்களுந் தங்களது தனங்குறையினும் தானியங் குறையினும் தேகபிலங் குறையாது வாழ்தல் சுகநிலையாகும்.

சிற்றின்பப் பெருக்கத்தினால் தேகசுகத்தைக் குறைத்துக் கொள்ளுவதும் பணம்சேர்க்கும் விஷயத்தால் புசிப்பைக் குறைத்து தேக சக்தியைக் குறைத்துக் கொள்ளுவதும் அநுபவமறியா பொய் வேதாந்த வேஷத்தால் தேகசக்தியைக் குறைத்துக் கொள்ளுவதும் உள்ள வழக்கமாதலின் திரிகாலச் செயலு முணர்ந்த ஞானத்தாய் பொய் விரதங்களாலும் பொய் வேதாந்தத்தாலும் பொய் பொருளாசையாலும் புசிப்பை அகற்றி தேகத்தின் பீடுரையாது ஒடுக்கிப் பாழடைவார்க ளென்றுணர்ந்து பீடுபெற நில்லென்று கூறியுள்ளாள்.

80. புகழ்ந்தாரைப் போற்றிவாழ்

புகழ்ந்தாரை – மற்றவர்களால் புகழத்தக்க பெரியோர்களை போற்றி – நீயுந்துதிசெய்து கொண்டாடி வாழ் வாழக்கடவா யென்பதாம்.

அதாவது வித்தையில் மிகுத்தப் பெரியோரென்றும் புத்தியில் மிகுத்த மிகுத்த பெரியோரென்றும் புகழ்ந்து அவர்களை போற்றி வாழ்வது ஒழக்க மிகுத்த உலகத்தோர் சுவாபமாகும் அவற்றைக் கொண்டொழுகும் நீயும் அவ்விவேக மிகுத்த புருடர்களைப் போற்றி வாழக்கடவாயென்பதாம் அத்தகைய விவேக மிகுத்த மேன்மக்களாம் பெரியோர்களைப் போற்றி வாழ்தல் அவர்களது வித்தியா விருத்தியின் செயலும் புத்திவிருத்தியின் செயலும் ஈகை விருத்தியின் செயலும் சன்மார்க்கவிருத்தியின் செயலுந் தங்களுக்கு விளங்கும் மற்ற பின் சந்ததியோர்களால் தாங்களும் போற்றத்தக்க வாழ்க்கை பெறுவார்கள்.ஆதலின் ஒழுக்க மிகுத்தோரால் புகழத்தக்கப் பெரியோர்களைநீயும் போற்றிவாழென்று கூறியுள்ளாள்.

81. பூமி திருத்தியுண்

பூமி – உனது நிலத்தை திருத்தி – கல்லகாடுகளைப் போக்கிப் பயிர்செய்து உண் நீ புசிக்கடவா யென்பதாம்.

அதாவது சகல தொழிலிலும் பூமியைத் திருத்தியுண்ணும் வேளாளத் தொழிலே விசேஷித்ததாகும எவ்வகையிலென்பீரேல் மகாஞானிகள் அரசர்கள் முதல் சீவராசிகளீராக அன்னமூட்டி ஆதரிக்குந் தொழிலாதலின் பூமியின் பலனை போதித்துள்ளாள்.

ஏறெழுபது

வேங்கோபக் கலிக்கடந்த வேளாளர் விளைவயலுள்
பைங்கோல முடிதிருந்த பார்வேந்தர் முடிதிருந்தும்
பொங்கோதைக் களியானை போர்வேந்தர் நடத்துகின்ற
செங்கோலைத் தாங்குங்கோலேறடிக்குஞ் சிறுகோலே.

82. பெரியாரைத் துணைக்கொள்

பெரியாரை – வித்தையிலும் புத்தியிலும் ஈகையிலும் சன்மார்க்கத்திலும் மிகுத்த மேன்மக்களை துணைக்கொள் உதவிபற்றிநில்லுமென்பதாம்.

மக்களுள் மூர்க்கர் கேண்மெயால் கோபலாபமும் காமிய மிகுதியால் பிணியின் லாபமும் பெற்றுத் துன்புறுவது அனுபவக்காட்சி யாதலில் அவிவேகிகளையணுகாது விவேகி களை அணுகவேண்டுமென்று கூறியுள்ளாள்.

நீதிவெண்பா

அரிமந்திரம் புகுந்தாலானை மருப்பும்
பெருங்கொளிசேர்முத்தும்பெறலாம் நரினுழையில்
வாலுஞ்சிறிய மயிரெலும்புங்கத்தின்
தோலுமல்லால் வேறுமுண்டோ சொல்.

83. பேதமே யகற்று

பேத – பலவகைக் குணங்களும் பலவகைச் செயலுமைந்த மெய்நிலயற்ற தேகியென்று பிறர் சொல்லுஞ் செயலை அகற்று நீக்கி கொள்ளுமென்பதாம்.

பேதமாகிய நிலையற்ற குணங்களும் நிலையற்ற செயலும் அமைந்தவனென்று மற்றவர் காண்பாராயின் எத்தொழிலிலும் இணங்கவிடாமல் அகற்றிவிடுவார்கள் அவற்றால் பலவகை இடுக்கங்களுண்டாகி துக்கம் பெருகிபோம் ஆதலின் உமக்குள்ள பேதகுணத்தை அகற்றுமென்பது கருத்தாம்.

திரிக்குறள்

நாணாமெய் நாடாமெய் நாரின்மெய் யாதொன்றும்
பேணாமெய் பேதை தொழில்.

84. பையலோடிணங்கேல்

பையல் பியாசமாம் சிறுசேஷ்டை ஒடு – உள்ளவர்களுடன் இணங்கேல் சேராதே என்பதாம்.

அதாவது மக்களுவமைந்தும் குரங்கு சேட்டையுள்ளவர் பாலிணங்கில் விவேகவிருத்திக்குத் தக்க வார்த்தைகளுஞ் செயலுமின்றி களியாட்டும் கலகமும் பெருகி வீணே மனத்தாங்கலுண்டாகும் அம்மனத்தாங்களால் வித்தியாபுத்தி வருத்திக் குறைந்து வீணே அல்லலடைவார்களென் றறிந்த ஞானத்தாய் பரியாசக்காரரை அணுகலாகாதென்னும் கருத்துடன் பையலோடிணங்கேலென்று கூறியுள்ளாள்.

85. பொருடனை போற்றி வாழ்

பொருள் மெய்ப்பொருள் தனை – தன்னை போற்றி – சிந்தித்து வாழ் வாழக்கடவா என்பதாம்.

தன்னைத்தான் உணரலென்னுந் தனக்குள்ள நற்செயல் களையும் துற்செயல்களையும் உணர்ந்து தனக்கொரு கேடும் வராது துற்செயல்களை அகற்றி நற்செயல்களைப் பெருக்கி சுகநிலையாம் உண்மெய்ப்பொருளுணர்ந்துநிற்றலே நித்திய வாழ்க்கைக்கு ஆதாரமாதலின் நுணத்திற்கு நுணம் அழிந்து கொண்டேபோகும் பொய்ப்பொருளைப் போற்றாது நித்திய ஒழுக்கமாம் நீடுவாழ்க்கையைத்தரும் மெய்ப்பொருளைப் போற்றி வாழென்று கூறியுள்ளாள்.

திரிக்குறள்

பொருளல்ல வற்றைப்பொருளென் றுணரு
மருளானா மாணாப் பிறப்பு.

எப்பொருள் யார்யார் வாய்க்கேட்பினு மப்பொருள்
மெய்ப்பொருள் காண்ப தறிவு.

சீவகசிந்தாமணி

உள்பொரு ளிதுவென வுணர்தன் ஞானமந்

தெள்ளிதி னப்பொரு டெளிதல் காட்சியாம்
விள்ளற விருமெயும் விளங்கத் தன்னுளே
யொள்ளிதிற்றரித்தலை யொழுக்கமென்பவே.

86. போர்த்தொழில்புரியேல்

போர் எக்காலும் வாதுவழக்குக் கேதுவாம் தொழில் கன்மங்களை புரியேல் நீ செய்யாதே என்பதாம்.

ஓர் தொழிலை ஆரம்பிக்குங்கால் அதனேது கொண்டு எக்காலமும் வாதுவழக்கை உண்டுசெய்யுங் கன்மத்தைப் புரியாதேயென்று கூறியுள்ளாள்.

87. மனந்தடுமாறேல்

முனம் ஒன்றை யெண்ணி தடு – மற்றொன்றை மாறேல் பிறழாதே என்பதாம்.

ஊனக்கண் பார்வையுறாது நடக்கில் உடல் தடுமாறுவது போல் உள்விழிபார்வையாம் தியான நிலை தவறி மனந்தடுமாறுவது இயல்பாதலின் எக்காலும் விழிப்பினின்று மனந்தடுமாறும் செயலாலுண்டாகும் துக்கவிருத்திகளையும் மனந்தடுமாறாச் செயலாலுண்டாகும் சுகவிர்த்திகளையும் காட்சியின் அநுபவத்தாலுணர்ந்து கியானக் கண் நிலைப்பதற்காய் மனந்தடுமாறேல் என்று கூறியுள்ளாள்.

88. மாற்றானுங் கிடங்கொடேல்

மாற்றனுக்கு – வாக்கிலொன்று மனதிலொன்று மனதிலொன்றுமுள்ள வன்னெஞ்சனுக்கு இடம் நெருங்கி இல்லத்தைக் கொடேல் நீ கொடுக்காதே யென்பதாம்.

அதாவது உள்ளத்தில் மாறுபட்டவனும் மனதில் மாறுபட்டவனும் செய்கையில் மாறுபட்டவனுமாகிய வன்னெஞ்சசத்துருக்களுக்கு இடங்கொடேலென்று வற்புறுத்திக் கூறியுள்ளாள்

மாற்றானென்பது கூற்றன் என்பவனுக்கும் பொருளாதலின் காலனுக்கிடங்கொடேலென்பதும் மற்றோர் பாடபேதமாகும். காலனுக் கிடங்கொடுக்கும் வழிகள் இராகத்துவேஷ மோகங்களேயாகும். இம்மூவழிகளிலும் இடந்தராது அகற்றி ஆள்வதே ஜாக்ரதையாம்.

89. மிகைபடச்சொல்லேல்

மிகை – துன்பத்தை பட உண்டாக்கத்தக்க வார்த்தையை சொல்லேல் மறந்தும் பேசாதே என்பதாம்.

அதாவது உன் பிள்ளை குளத்தில் மூழ்கிவிட்டான் உன் கணவனை அடித்துவிட்டார்களென்று வேடிக்கையாக சொல்லும் வார்த்தைகள் கொடும் வினையாக முடிந்து பலவகை துன்பத்திற்கு ஆளாக்கிவிடுகிறபடியால் திடிரென்று மக்களுக்குக் கேட்டையுண்டாக்கத்தக்க வார்த்தையைப் பேசலாகாதென்னுந் தன்மநோக்கத்தால் ஞானத்தாய் மிகைபடச் சொல்லேலென்று கூறியுள்ளாள்.

திரிக்குறள்

மறந்தும் பிறன்கேடு சூழற்க சூழி
னறஞ்சூழுஞ் சூழ்ந்தவன் கேடு.

நீதிவெண்பா

வெய்யோன் கிரணமிகச்சுடுமே வெய்யவெனில்
செய்யோன் கிரணமிகத் தீதாமே – வெய்யகதிர்
எல்லோன்கிரணத் தெரியினிலுமெண்ணமிலார்
சொல்லே மிகவுஞ் சுடும்.

90. மீதுண் விரும்பேல்

மீ – அதிக ஊண் புசிப்பை விரும்பேல் இச்சியாதேயென்பதாம்.

அதாவது மிதமின்றி மீதுண் இச்சிபவர்க்கு சோம்பலும் மந்தமும் உண்டாகி சருவதொழில் விருத்திகளும் கெடுவதன்றி

சுற்றத்தாரும் பெருவயிற்றோன் என்றிகழப் பேரெடுப்பன். ஆதலின் மிதாகாரம் புசித்து வித்தியா விருத்தியையும் அறிவின் விருத்தியையும் பெருக்கி சுகவாழ்வைப் பெறவேண்டுமென்னும் தன்மச்சிந்தையால் அதிக புசிப்பை விரும்பாதேயுங்களென்று கூறியுள்ளாள்.

நீதிவெண்பா

ஒருபோது யோகியே யொண்டளிர்க்கைமாதே
இருபோது போகியே யென்ப திரிபோது ரோகியே
நான்குபோ துண்பா னுடல்விட்டுப்
போகியே யென்று புகல்.

91. முனைமுகத்துநில்லேல்

முனை கூரிய அம்பைஏந்தி முனைந்தோன் முகத்து – எதிரில் நில்லேல் நிற்காதே என்பதாம்.

அதாவது எய்யவேண்டியவன் தவறி எதிர் தோன்றியவன் படவேண்டி நேரிடுமாதலின் சினந்து முனைந்தோர் எதிர் நிற்கலாகாதென்பது கருத்து.

92. மூர்க்கரோ டிணங்கேல்

மூர்க்கர் கோபிகள் ஒடு – உடன் இணங்கேல்நெருங்கே லென்பதாம் முற்கோப மிகுத்த மூர்க்கரை நேசிப்பதினால் இவனு மோர் மூர்க்கனென்று மற்றவர் மதிப்பதுடன் நல்லோர் நெருங்கவு மாட்டார்கள் நெருங்கினும் நேசிக்கமாட்டார் களென்பது கண்டு நல்லவனென்று நடமாடுங்கால் மூர்க்கரது கேண்மெய் தோன்றின் நல்லவனென்னும் பெயரற்று சுகமிழப் பானென்னுங் கருணையால் ஞானத்தாய் மூர்க்கரோடிணங்கே லென்று கூறியுள்ளாள்.

நீதிவெண்பா

நல்லொழுக்கமில்லா ரிடஞ்சேர்ந்த நல்லோர்க்கு
நல்லொழுக்கமில்லாச்சொனண்ணுமே – சொல்லி விடின்

பாம்பெனவுன்னாரோ பழுதையோயானாலுந்
தரம்பமரும் புற்றெடுத்தக்கால்.

93. மெல்லியாடோள்சேர்

மெல்லியாள் மிருதுவாக்குடையவள் தோள் உடன் சேர் கூடிவாழக்கடவா யென்பதாம்.

மெல்லிய வாக்கும் மெல்லிய செயலும் மெல்லிய நடையுமுடையாளை இல்லாளாக்கி வாழக்கடவாய் என்பதாம்.

அறப்பளீசுரசதகம்

கணவனுக் கினியளாய் மிர்துபாஷியாய் மிக்க கமலநிக
ரூபவதியாய்
காய்சிநமிலாளுமாய் நோய்பழியிலாததோர் கால்வழியில்
வந்தவளுமாய்
மணமிக்கநாணமட மச்சம் பயிர்ப்பென்ன வருமினிய
மார்க்கவதியாய்
மாமிமாமர்க்கிதஞ் செய்பவளுமாய் வாசல் வருவிருந்
தோம்புபவளாய்
இணையின்மகிழ்நன்சொல்வழி நிற்பவளுமாயந்தி யென்பெய
ரிலாதவளுமாய்
இரதியெனவே லீலை புரிபவளுமாய் பிற ரிழிவழி
செலாதவளுமாய்
அணியிழை யொருத்தி யுண்டாயினவள் கற்புடைய ளாகுமெம
தருமெய்மதவே
அநுதினமு மனதிநினை தருசதுர கிரிவள ரறப்பளீசுரதேவனே.

94. மேன்மக்கள் சொற்கேள்

மேல் சிறந்த மக்கள் மநுக்களின் சொல் வார்த்தையை கேள் கேழ்க்கக் கடவா யென்பதாம்.

வித்தையிலும் புத்தியிலும் மிகுத்துள்ளதன்றி அன்பு ஈகை சாந்தத்தில் உயர்ந்தோர் மாட்டே உலகம் சீர்திருந்துவதின் அனுபவங்கண்ட ஞானத்தாய் மேன்மக்கள் சொற்கேளென்று

வற்புறுத்தி கூறியுள்ளாள்.

சிலர் மேன்மக்களென்றால் உயர்ந்தசாதியென்றும் கீழ் மக்களென்றால் தாழ்ந்தசாதியென்றும் அதனுட்பொருளறியாது வேஷசாதியோர் வகுப்பின்படி பொருட்கூறித்திரிவர். அஃது பொருந்தாவாம். எங்ஙனமென்றால் ஒருங்கே ஓர் கூட்டத்தார் கூடித் தங்களை உயர்ந்தசாதியென்று சொல்லிக்கொள்வதும் மற்றுமோர் கூட்டத்தோரை ஒருங்கே சேர்த்து தாழ்ந்த சாதியென்று சொல்லித்திரிவதும் ஆகியப் பொருளற்ற யாவும் கலையற்ற சாதிப்புறட்டுகளேயாம்.

சாதிக்கும் சாதனங்களில் நல்லோரென்னும் மேலான சாதனங்களை சாதிப்போர் மேல் சாதியினரென்றும் சாதிக்கும் சாதனங்களில் தீயோரென்னும் இழிந்த சாதனங்களைச் சாதிப்போரை தாழ்ந்தசாதியினரென்றுங் கூறத்தகும்.

அதாவது ஐரோப்பியாவிலும் சீனனாயினும் ஜப்பானியரா–யினும் இந்தியராயினும் வித்தை புத்தி ஈகை சன்மார்க்க மென்னும் மேலான சாதனங்களில் இருப்பவர்களாயின் அவர்களையே மேன்மக்களென்றும் மேலான சாதியோ ரென்றும் கூறப்படும்.

பொய் வஞ்சம் சூது குடிகெடுப்பு அன்னியர் பொருளாசை முதலிய இழி செயல்களிலிருப்பார்களாயின் அவர்கள் எத்தேசத்தோராயினும் கீழோரென்றும் தாழ்ந்த சாதியோ ரென்றுங் கூறப்படும்.

ஆதலின் நல்லூக்கம் நற்கடைபிடி நல்லுணர்ச்சி நல்வாய் மெய் மிகுத்த மேன்மக்களாம் விவேகமிருத்தோர் சொற்படி நடக்கவேண்டுமென்று கூறியுள்ளாள்.

95. மைவிழியார் மனையகல்

மைவிழியார் கண்ணில்மையிட்டு மயக்கவல்லார் மனை–வீடுகளுக்கு அகல் தூர நில்லு மென்பதாம்.

தூண்டிலிட்டும் வலைவீசியும் மச்சங்களை இழப்பதுபோல் கண்களுக்குமையிட்டு வாலிப மக்களுக்கு வலைவீசும் மைவிழியார் மனையைக் கண்டவுடன் அவ்விடம் நில்லாது தூர

அகல வேண்டு மென்பது கருத்தாம்.

96. மொழிவ தறமொழி

மொழிவது ஓர் வார்த்தை புகலுங்கால் அற சந்தேக மற மொழி – சொல்லவேண்டு மென்பதாம்.

ஒரு வார்த்தையை புகலுங்கால் அவ்வார்த்தையின் பொருள் தெரிந்தும் தெரியாது இருக்குமாயின் பிரயோசன மற்றுப் போம் ஆதலின் மொழியின் வாக்கு முழுதும் தெளிவுற சொல்லவேண்டுமென்பதாம்.

97. மோகத்தைமுநி

மோகத்தை – காமிய மயக்கத்தை முநி – கடந்து நில்லென்பதாம் காமவெகுளி மயக்கங்களாம் மூன்றினுள் காமியமே மிக்கக் கொடியதாதலின் அவற்றை முநிந்து ஜயித்தலே மக்களுக்கழகாம் ஆதலின் மோகத்தை முனியென்று வற்புறுத்தியுள்ளாள்.

98. வல்லமெய் பேசேல்

வல்ல – மிக்க சாமர்த்தியமுடைய மெய் தேகி யென்று பேசேல் பலருமறியக் கூறாதே யென்பதாம்.

அதாவது மாமிக்கோர் மாமி உண்டென்பதுணராது எமக்கு மேற்பட்டவல்லமெய்ப்புருஷன்இல்லையென்றுகூறுவானாயின் அவனுக்கு மேற்பட்ட வல்லமெய்யன் தோன்றி அழித்து விடுவான் ஆதலின் எத்தகைய வல்லமெய்யோனாயினுந் தனது வலதை பலரறியக் கூறாதிருப்பதே சிறப்பைத் தருமென்று விளக்கியுள்ளாள்.

அறப்பளீசுரசதகம்

தனக்குவெகு புத்தியுண்டாயினும் வேறொருவர் தன்புத்தி கேட்கவேண்டும்
தானதிக சூரனே யாயினுங் கூடவே தள சேகரங்கள் வேண்டும்

கனக்கின்ற வித்துவானாயினுந் தன்னினுங் கற்றோரை நத்தவேண்டும்
காசினியை யொருகுடையி லாண்டாலும் வாசலிற் கருத்துள்ள மந்திரிவேண்டும்
தொனிக்கின்ற சங்கீத சாமர்த்தயனாயினும் சுதிகூட்ட வொருவன்வேண்டும்
சுடர்விளக்காயினும் நன்றாய் விளங்கிடத் துணடுகோ லொன்றுவேண்டும்
அனற்கண்ணனே படிக சங்கநிகர் வண்ணனே ஐயனே யருமெய்மதவேள்
அநுதினமு மனதிநினை தருசதுர கிரிவள ரறப்பளீசுரதேவனே.

99. வாதுமுற்கூறேல்

வாது தருக்கம்புரிவதில் முன் முன்பு கூறேல் யோசியாது பேசாதே என்பதாம்.

அதாவது குற்றங்கூறுதலும் கூறும்பொருள் விளங்காது கூறு தலும் கூறியதை கூறுதலும் மிகப்படக் கூறுதலும் முன்கூறிய பொருளுக்கு மாறுகொளப் பொருள் கூறுதலும் முன்மொழிக்குப் பின்மொழி விரோதிக்கக் கூறுதலும் நூலுக்குக் குற்றமாதல்போல் வாதாகுந்தருக்கத்தில் யோசியாது முன் பேசலாகாதென்பது கருத்து.

துரிதத்தில் முன் பேசுவதினால் எதிரி கொணர்ந்தவை இலக்கிய தருக்கமா இலக்கணத்தருக்கமா மதோ தருக்கமாவென்பது வீணே விளங்காது விரிந்துபோம் அவற்றால் எடுத்தவாது முடிவு பெறாது என்றறிந்துள்ள ஞானத்தாய் வாது முற்கூறேலென்று கூறியுள்ளாள்.

தருக்கக் கௌமுகி

வாதுமுற்கூறி வழுவுற விடுத்தல் ஏது பயனின் றிழிவுது மாகும்.

100. வித்தை வரும்பு

வித்தை–கைத்தொழிலை விரும்பு–நீ கற்பதற்கு ஆசைக் கொள்ளு மென்பதாம்.

அதாவது வித்தையை விரும்பி கற்றுக்கொள்ளுவதில் ஓர் பாஷையைக் கற்பதே வித்தையென்று கூறுவாறுமுண்டு. அஃது பொருந்தாவாம். எவ்வகையிலென்பீரேல் "கற்றோர்க்கு சென்றவிடமெல்லாம் சிறப்பு" என்னும் முதுமொழியை சிரமேற்கொண்டு தமிழ் பாஷையைத் தெளிவுறக் கற்றவன் கன்னடதேசம் போவானாயின் சிறப்படைவனோ கன்னட பாஷையைத் தெளிவுறக் கற்றவன் மராடதேசம் போவானாயின் சிறப்படைவனோ ஒருகாலுஞ் சிறப்படையான்.

ஓடதிவித்தை மரவினைவித்தை தையல்வித்தை பொன்வினை வித்தை பயிரிடும் வித்தை நெய்யும் வித்தை உலோக பொருத்த வித்தை காந்தவித்தை இரசவித்தை முதலியவற்றுள் ஒன்றைத் தேறக்கற்று எத்தேசம்போயினும் சிறப்படைவான்.

அதற்குப் பகரமாய் நமது ஐரோப்பியர் அமேரிக்கர் சீனர் ஜப்பானியர் முதலிய மேன்மக்கள் மற்றதேசத்தோர் பாஷைகளைக் கற்காதிருப்பினும் தங்களிடமுள்ள வித்தைகளின் தைரியத்தால் எங்கும் உலாவி சுகம் பெற்றிருக்கின்றார்கள்.

நமது தேயத்தோர் சாதிவித்தை ஒன்று சமயவித்தை ரண்டு கொட்டை கட்டும்வித்தை மூன்று கொழையல்வித்தை நான்கு குறுக்குபூசுவித்தை ஐந்து நெடுக்குபூசுவித்தை ஆறு மற்றும் இதற்காதாரவித்தைகளை கற்றுக்கொண்டு பிள்ளை கொடுக் குஞ் சாமியார் பொன்கொடுக்குஞ் சாமியார் புதையலெடுக்குஞ் சாமியார் பூமியைவிட்டு ஒருமுழ உயரம் எழும்பு வேனென்னுஞ் சாமியார் காணாத மோட்சத்திற்குக் கையோடு இட்டுக்கொண்டுசெல்லுஞ் சாமியார்களென்னும் வேஷமிட்டு பொருள் பறித்துத்தின்னும் பொய்யும் பொறாமையும் வஞ் சகமும் நிறைந்த நெஞ்சினர்களே குருக்களாகத் தோன்றி பேதைமக்களை மயக்கிப் பாழாக்கிவிடுவார்களென்னும் பூர்வக்கியான முணர்ந்த ஞானத்தாய் வருங்கால சம்பவமறிந்து வித்தையை விரும்புங்கோளென்றுவற்புறுத்திக்கூறியுள்ளாள்.

101. வீடுபெற நில்

வீடு – முத்தி நிருவாண மென்னும் நிலையை பெற – அடைவதற்கு நில் ஞானவரம்பில்நிற்கக்கடவா யென்பதாம்.

வீடுபேறாம் நிருவாணமாகும் பிறவியற்ற நிலையே துக்கத்தை ஒழித்த இடமாதலின் அவற்றிற்கு கேடிலா பருவம் மோட்சம் கேவலம் சித்தி கைவல்லியம் மீளாகதி நிருவாணம் பரகதி சிவம் முத்தி அமுதம் என வழங்கிவந்தார்கள் நாளதுவரையில் வழங்கியும்வருகின்றார்கள்.

பின்கலைநிகண்டு

கேடிலா விபவருக்கம் கேவலத்தோடு சித்தி
வீடு கைவல்லியமே மீளாதகதியே நுலோர் பாடு
நிர்வாணத்தோடு பரகதி சிவமே முத்தி
நீடு மீரைந்தும் மோட்சம் அமுதமும் நிகழ்த்தலாமே

மனுடன் வாணமென்னும் பற்றுள்ளவரையில் பிறவியிற் சுழன்று மாளாதுக்கத்தை யனுபவித்து வருவது இயல்பாம் மாறிமாறி பிறந்து கொண்டேவரும் துக்கத்தை ஒழிக்க வேண்டியவன் நிருவாணமென்னும் பற்றற்ற நிலையடைவானாயின் மாளா பிறவியு மற்று பிறப்பினால் உண்டாகுந் துக்கமுமற்ற வீடென்னும் அழியாநிலை அடைகின்றான்.

அவனே உலக பாசபந்த இளமெய் முதுமெய்யாம் முத்தினோன் மோக்கமுற்றோன் நிருவாணமடைந்தோனென்று கூறப்படுவான் மரணமென்னும் நித்திரையை ஜெயித்தானென்றுங் காலகாலனென்றுங் கூறப்படும்.

(இரண்டு வரிகள் தெளிவில்லை)

ஔவை குறள்

(தெளிவில்லை)

சீவகசிந்தாமணி

மாதவன் சரிதமுந் துறந்த வண்ணமு

மேதமின் றியம்பு மினடிகளோவென்ப
போதலர் புனைமுடி யிறைஞ்சியேத்தினான்
காதலிற் கணந்தொழக் காவன் மன்னனே

வேறு

இன்பமற்றென்னும் பேரானெழுந்த புறகற்றை தீற்றித்
துன்பத்தை சுரக்கு நான்கு கதியெனும் பதியறுத்து
நின்ற பற்றார்வ நீக்கி நிருமலன் பாதஞ்சேரி
னன்புவிற் றுண்டுபோகிச் சிவகதி யடையலாமே.

102. உத்தமனாயிரு

உத்தமனாக – உன்னை சகலரும் நல்லவனென்று சொல்லத் தக்கதாக இரு – நீவீற்றிருக்கக்கடவாயென்பதாம்.

மக்களுள் மத்திபனென்றும் உத்தமனென்றும் அதமனென்றும் வழங்க கூடிய நிலையில் அதமனையும் மத்திபனையும்நீக்கி உத்தமனையே உலகம் கொண்டாடுவது இயல்பாதலின் ஞானத்தாய் உத்தமனா யிருமென்று கூறியுள்ளாள்.

103. ஊருடன் கூடிவாழ்

ஊருடன் மநுக்களாம் கிராமவாசிகளுடன் கூடி – சேர்ந்து வாழ் வாழக்கடவா யென்பதாம்.

அதாவது ஒருவருக்கொருவர் விலகி வாழ்க்கை புரிவதி னால் ஆபத்துக்குதவாமல் அல்லலடைய நேரிடுமென்றறிந்த ஞானத்தாய் மக்களுள் ஒருவருக்கொருவர் உபகாரிகளா யிருக்கவேண்டுமென்ற கருத்தால் குடிகள் சேர்ந்து வாழ்க்கை பெற ஊருடன் கூடிவாழ் என்று கூறியுள்ளாள். மேன்மக்கள் வாக்குதவிராது சேர்ந்து வாழ்ந்து வந்த பௌத்த தன்ம அரசர்களும் குடிகளும் வாழ்ந்த இடங்களை சேரி சேரி என்று வழங்கிவந்தார்கள்.

சீவகசிந்தாமணி

தேனுலா மதுசெய் தோதை தேம்புகை கமழ வூட்டி

வானுலா சுடர்கண்மூடி மானகரிரவு செய்யப்
பானிலா சொரிந்து நல்லா ரணிகலம்“ பகலைச் செய்ய
வேனிலான் விழைந்த சேரி மேலுலகனைய தொன்றே.

104. வெட்டெனப்பேசேல்

வெட்டென – மனந்துண்டிக்கத்தக்க கடினவார்த்தைகளைப் பேசேல் மறந்தும் பேசாதே யென்பதாம்.

கடின வார்த்தைகளில் அனந்தக் கேடுண்டாவதை உணர்ந்த ஞாத்தாய் வெட்டெனப் பேசேலென்று விளக்கிக் கூறியுள்ளாள்.

105. வேண்டி வினைசெயேல்

வினை – குறித்த தொழிலை ஒருவன் செய்து வருகின்றா னென்றறிந்தும் ளவுண்டி – அத்தொழிலை நீயும் விரும்பி செயேல் செய்யாதே யென்பதாம்.

அதாவது ஒருவன் அத்தொழிலை நடத்தி வருகின்றா னென்றறிந்தும் அதை நாடுவதாயின் எதிரியைக் கெடுப்பதற்கு ஏதுவென்று உணர்ந்த ஞானத்தாய் வேண்டி வினைசெயே லென்று கூறியுள்ளாள்.

106. வைகறைத் துயிலெழு

வைகறை சூரியவுதயகாலத்தில் துயில் நித்திரையைவிட்டு யெழு நீயெழுந்திரு மென்பதாம்.

வைகறை விழிப்பே சூரியகலை சந்திரகலைக்கு ஆதார மாதலின் சூரியன் கரைகட்டுக்கு விழிக்க வேண்டுமென்று கூறியுள்ளாள்.

107. ஒன்னாரைச்சேரேல்

ஓன்னாரை – பகைவர்களாகும் சத்துருக்களை சேரேல் நெருங் காதே யென்பதாம்.

அடுத்து கெடுப்பது பகைவர் சுவாபமாதலின் அவர்களை நெருங்கலாகாதென்பது கருத்து.

108. ஓரஞ் சொல்லேல்

ஓரம் ஒருவர் சார்பாய் சார்ந்துக்கொண்டு மற்றொருவருக்குத் தீங்குண்டாகத்தக்க வார்த்தையை சொல்லேல் எக்காலுஞ் சொல் லாதே யென்பதாம்.

எக்காலும் நடுநிலையினின்று சகல காரியாதிகளிலும் பேசவேண்டும் என்பது கருத்து.

ஔவை அம்மையென்னும் பெயர்பெற்ற ஞானத்தாய் அருளிய முதல் வாசகம்

(முற்றிற்று)

(இவ்வாசகம் இரண்டாமாண்டு 42ஆம் இலக்கத்தில் தொடங்கி மூன்றாமாண்டு 11ஆம் இலக்கத்தில் முற்றுப் பெறுகிறது)

உதவிய நூல்:

இந்த புத்தகத்தின் நோக்கம் கருதியும் அவசியம் கருதியும் பண்டிதர் அயோத்திதாசரின் சிந்தனைகள் தொகுப்பு இரண்டில் வரும் ஸ்ரீ ஔவையாரம்மன் அருளிய திரிவாசகம் முதல் தொகுதி ஆத்திச்சுவடி விளக்கம் என்ற பகுதி எந்த விதமான மாற்றமும் இல்லாமல் அப்படியே இங்கு எடுத்து கையாளப்பட்டது.

* 9 7 8 8 1 9 4 1 7 9 2 5 2 *
FCW - #0071 - 061026 - C0 - 216/140/11 - PB - 9788194179252 - Matt Lamination